ఆధునిక పోకడలతో దేశాన్ని 21వ శతాబ్ధంలోకి
తీసుకొని వెళ్లాలని తీపికలలుగన్న దేశనాయకుడు
నవతరానికి- యువతరానికి- నాంది ప్రస్తావన

భారతదేశ మాజీ ప్రధాని

స్వర్గీయ రాజీవ్‌గాంధీ

వంగపండు

అంకితం
(Dedicated)

ఆంధ్రప్రదేశ్ రాష్ట్రమాజీ మంత్రివర్యులు
ప్రదేశ్ కాంగ్రెస్ కమిటీ కార్యవర్గ సభ్యులు

ప్రజల మనిషి - వెనుకబడిన వర్గాలకు వెలుగు

శ్రీ ధర్మాన ప్రసాదరావు

పెందుర్తి
తేది: 8-8-1998

ప్రజాకవి-వంగపండు
పెందుర్తి

శ్రీమతిసోనియగాంధి రాకతో
పార్టి-నాయకత్వ-సమస్య-పరిష్కారమైంది

ఆదినుండి నేటివరకు-కాంగ్రెస్‌పార్టీ- ఒకవ్యక్తి మీద-ఆధారపడ్డ-ముఠావలె గాక- ఒక సిద్ధాంతం- ప్రణాళికతో-కూడిన జాతీయ రాజకీయ పార్టీగ కనిపిస్తుంది.

కాంగ్రెస్‌పార్టీలో-దేశ-రాష్ట్ర-స్థాయిలో-గౌరవ ప్రదమైన-రాజకీయ నాయకులు- రూపొందారు కాంగ్రెస్‌పార్టీ-ప్రజాతంత్రవ్యవస్థకు ప్రతీక-ఎందరినో జాతీయనాయకులుగ కాంగ్రెస్‌పార్టీ -వన్నెకెక్కించింది.

దరిమిలా కొన్నాళ్లు-తగిన జాతీయస్థాయిలో నాయకత్వం కొరవడి-తల్లడిల్లినను కాంగ్రెస్ పార్టీకి నేడు - శ్రీమతి సోనియాగాంధీ సారథ్యం లభించింది. కాంగ్రెస్‌పార్టీకి- దశదిశా నిర్దేశనం చేయగల ఆత్మస్థైర్యం-ధీరోదాత్తత-గల నెహ్రూ కుటుంబ సభ్యురాలైన శ్రీమతి సోనియాగాంధీ-నేడెమో- దేశస్థాయిలో- కాంగ్రెస్‌పార్టీ కరదీపిక అన్న అతిశయోక్తి కాదు.

పదవికోసం ప్రాకులాడిన ఏ ఒకరు- నిజమైన రాజకీయవేత్తగ-నిలద్రొక్కుకోలేరు. రాజీవగాంధీ మరణానంతరం -వెంటనే శ్రీమతి సోనియాను-కాంగ్రెస్ వర్కింగ్ కమిటీ- కాంగ్రెస్‌పార్టీ అధ్యక్షునిగ తీర్మానించిన-సున్నితంగాకాదని-సుమారు ఏడేండ్ల భారతదేశ రాజకీయవిధి విధానాల్ని శ్రద్ధగా పరిశీలించి చివరిగా-ప్రజలనాడిని పసిగట్టి-**1998**లోక్‌సభ ఎన్నికలలో-కనీసం వర్కింగ్ కమిటీలో కూడ సభ్యత్వం- ఆశించక-కాంగ్రెస్‌పార్టీ ఎన్నికల ప్రణాళిక-ప్రచారానికి - దేశం నలుమూలల సుడిగాలిలా పర్యటించారు.

దేశప్రజలు ఆమెనాయకత్వానికి అంజలి ఘటిస్తున్నారా అన్నట్లు-తనకాలు మోపిన ప్రతిచోట లక్షలాది భారతీయులు-హాజరై ఆమె ప్రసంగాల్ని శ్రద్ధగావిన్నారు- ఆమె నాయకత్వాన్ని కాంగ్రెస్‌పార్టీలో-గల అతిరథమహారథ కాంగ్రెస్‌నాయకులు బలపరచారు.

పార్టీ అంతర్గత ప్రజాస్వామ్యాన్ని గౌరవించగల నాయకురాలగ అనేక రాష్ట్రాల కాంగ్రెస్‌నాయకులు శ్రీమతి సోనియాను గుర్తించారు. పార్టీని విజయ పథంలో నడిపించగల శక్తియుక్తులు ఆమెకున్నవని అవతికాలంలోనే నిజనిర్ధారణ జరిగింది.

కాంగ్రెస్‌పార్టీ లోక్‌సభలో అత్యధిక స్థానాల్ని నిలబెట్టుకోలేకపోయిన- కాంగ్రెస్ పార్టీకి చివరిదినాలని- కలలుగన్న - ప్రత్యర్థి వర్గాలవారి గుండెల్లో గుబులు బయులు దేరేలా సుమారు 140సీట్లును లోక్‌సభలోకాంగ్రెస్‌పార్టీగెలిచేటట్లు ఎన్నికల ప్రచారరథాన్ని విజయుపథంలో నడిపించారు.

అభిప్రాయం- కాంగ్రెస్‌పార్టీది - అంతిమనిర్ణయం- ఆమెది- అత్యున్నతాధికారం కాంగ్రెస్ హైకమాండిదే - మార్గదర్శకత్వం ఆమెది. ఆమె జాతీయపార్టీ నాయకురాలిగా అతిస్వల్పకాములోనే నిలద్రొక్కుకోవడం- ఆమెతన అత్తగారు భారతదేశ మాజీ ప్రధాని- ఇందిరాగాంధీనుండి తన భర్త మాజీదేశ ప్రధాని రాజీవుగాంధీ నుండి ఆమె పొందిన ప్రేరణ ఉత్సాహం-దేశభక్తి- అన్న ఏమాత్రం అతిశయోక్తికాదు.

నెహ్రూ- ఇందిర - రాజీవులకాలంనాటి పార్టీ పరిస్థితుల్ని మరల కాంగ్రెస్‌పార్టీలో పునర్వివికసింపచేయుటంలో- శ్రీమతి సోనియాగాంధీ- ఆచిర కాలంలోనే విజయుపతాక మెగురవేశారు.

కాంగ్రెస్ వర్కింగ్ కమిటీ-సభ్యత్వం- లభించడమేగాక -అఖిల భారత కాంగ్రెస్‌పార్టీకి నాయకత్వం- వహించి- పార్టీ అధక్షులుగా వ్యవహరించమని కాంగ్రెస్ వర్కింగ్ కమిటీ కోరికమేరకు కేసరి స్థానంలో శ్రీమతి సోనియాగాంధీ కాంగ్రెస్ పార్టీనాయుకత్వం వహించారు. తదుపరి కాంగ్రెస్ పార్లమెంటరీ పార్టీనాయుకురాలిగ ఎన్నుకోబడిన సోనియగా- పార్టీని ఏకోన్ముఖంగ- నిర్ధిష్టముగా- సమైక్యపథంలో నడిపించటానికి కాంగ్రెస్‌పార్టీ ఉపాధ్యక్ష పదవిని రద్దుచేసారు.

కాంగ్రెస్‌పార్టీ పునర్వ్యవస్థీకరణకు వెంటనే కాంగ్రెస్‌పార్టీ కార్యాచరణ కమిటిని వేశారు. (TASK FORCE) మాజీలోక్‌సభస్పీకర్‌ను ఇందుకు ఛైర్మెన్ గనియుమించారు. లోక్‌సభలో మరాఠీ నాయుకుడు ''పవార్‌ను'' పార్టీనాయుకునిగ- రాజ్యసభలో- మాజీ ఆర్థికమంత్రి- మన్మోహన్‌సింగ్‌ను పార్టీనాయుకునిగ నియుమించారు. కాంగ్రెస్‌పార్టీధ్యేయం- ప్రజాసంక్షేమం- అభివృద్ధితప్ప- పదవుల పేటకాదన్న- నగ్నసత్యాన్ని చాటి- పదవుల్లో లేకున్న కాంగ్రెస్‌పార్టీ ప్రజలపార్టీగ

నిలద్రొక్కుకోలేదన్న అపవాదును అపప్రథను అవతికాలంలో పోగొట్టిన నాయకత్వం లక్షణాల్ని కలది శ్రీమతి సోనియాగాంధీ.

అనేక ప్రతిపక్షాలు-స్వల్పమెజారిటితో పాలిస్తున్న-భారతీయ జనతాపార్టీని గద్దిదించి కాంగ్రెస్‌పార్టీ-గద్దెనెక్కిన సహకరించగలమని సూచనల నందిస్తున్న- వ్యూహం- ఎత్తుగడలలో తానేమి ఇందిరా- రాజీవుల కంటే తక్కువ కాదని-నిరూపించు రాజకీయనైపుణ్యంలో తను సిద్ధహస్తురాలని అనిపించు కుంటున్నారు శ్రీమతి సోనియాగాంధీ.

దేశంలో అస్థిరత నెలకొనరాదని సుస్థిరత ప్రభుత్వంలో లేకున్న అశాంతి- అరాచకం- దేశంలో తాండవించగలదని- ముందుగనే పసిగట్టి- త్రిశంకు స్వర్గంలో ఊగిసలాడు భారతీయ జనతాపార్టీ ప్రభుత్వాన్ని అస్థిరత పరచువిధానాల్ని- చేపట్టక సరాసరి- రాష్ట్రపతి వద్దకువెళ్లి- కాంగ్రెస్ పార్టీకి కేంద్రప్రభుత్వాన్ని ఏర్పరచ ఏమి ఆసక్తి లేదని చెప్పగలిగే జాతీయవ్యక్తిత్వంగల మన దేశనాయకురాలు శ్రీమతి సోనియాగాంధి.

పార్టీలో-ముఠాలు-కక్షలు-కార్పణ్యాలు-సరిగావని- ఎవరు ఎదురు తిరిగిన-క్రమశిక్షణ చర్య తీసుకోగల సత్తా సామర్థ్యం-ధైర్యంతో-కాంగ్రెస్‌పార్టీ అధ్యక్షురాలిగా ఒక ఉన్నతపీఠాన్ని వేసికొని కూర్చున్న నాయకురాలు శ్రీమతి సోనియాగాంధి అసంగత రాజకీయాలు-వీధిపోరాలు ప్రభుత్వాల్ని పడగొట్టు ప్రయత్నాలన్న- శ్రీమతి సోనియాగాంధీకి సుతరామూ కిట్టని విషయాలు.

తనతోపాటు- ఏ ఒకరైన-పార్టీకి విధేయులే తప్ప-పార్టీకి అతీతులు కారన్న పరమసత్యాన్ని ప్రతి ఒక విషయంలో-ఆచరణలో నిడుటలో కార్యసాధకురాలు సోనియాగాంధీ కాంగ్రెస్ పార్టీలో గల కలతలు-కక్షలు- కార్పణ్యాలు- తగవులాటలు పదవులవేట- ఆమె అధ్యక్షపీఠం అలంకరించినదే తడువు-చల్లగ ఒకమూలకు జారుకున్నాయి -దరిమిలా ఒరిస్సా-మధ్యప్రదేశ్- ఆంధ్రప్రదేశ్- మహారాష్ట్ర కాంగ్రెస్ నాయకత్వాల్ని సరిచేసిన సిద్ధహస్తురాలు శ్రీమతి సోనియాగాంధీ.

కాంగ్రెస్‌పార్టీకి ఇకకాలం చెల్లిందని- భ్రమపడిన ప్రతిపక్షాలు- దిమ్మెత్తి పోయేటట్లు -కాంగ్రెస్ పార్టీ అంతరంగిక వ్యవహారాల్ని- చక్కదిద్దడమేకాక- ప్రజల ఆశల్ని నెరవేర్చే-పార్టీ- కాంగ్రెస్‌పార్టీ అని ప్రజాభిమానం పొందుతున్నపార్టీ కాంగ్రెస్‌పార్టీ అని నిర్వహిస్తున్నారు-శ్రీమతి సోనియాగాంధీ కాంగ్రెస్‌పార్టీ ఇంతవేగంగా కోల్పోయిన తన పరువు ప్రతిష్టల్ని పునరుద్ధరించుకోగలదని ఏ ఒక ప్రతిపక్షం అంచనావేయలేక పోయింది. కాంగ్రెస్‌పార్టీని పార్టీలోని కష్టనష్టాల్ని వాయువేగంతో సోనియా పరిష్కరించ గలిగారు తగాదాల కాంగ్రెస్‌ను తగు మనుషుల కాంగ్రెస్‌గా అనతికాలంలోనే తీర్చిదిద్దారు. కాంగ్రెస్‌పార్టీ నాయకుల్ని ఏకోన్ముఖం చేసి ముందుకు నడిపిస్తున్నారు.

రాష్ట్రకాంగ్రెస నాయకుల వ్యక్తిత్వాన్ని- అనుభవాన్ని-పెద్దతనాన్ని- కించపరచక తగిన ప్రాముఖ్యతనిస్తున్నారనటానికి విజయభాస్కరరెడ్డి- ద్రోణంరాజు సత్యనారాయణ - వంటి అనుభవపరులకు -రాష్ట్రకాంగ్రెస్‌లో ఇస్తున్న ప్రాధాన్యతే- సాక్ష్యం. కాంగ్రెస్‌పార్టీని ఉద్యమ రూపంగా ఉద్వేగం ఉత్సాహం నడిపించే నాయకత్వానికి ఆమె సహకరిస్తుందనటానికి S రాజశేఖరరెడ్డికి - పి.జనార్ధన్‌రెడ్డికి పార్టీలోకలుగజేసిన- అతి ప్రధానపార్టీస్థానాలే నిదర్శనం. రాష్ట్రంలో వెనుకబడిన తరగతులకు చెందిన-కాంగ్రెస్ నాయకులకు ఆమె పెద్దపీట వేస్తుందనటానికి- లోక్‌సభలో కాంగ్రెస్ పార్లమెంటరీపార్టీ ఉపనాయకుల్నిగా పి.శివశంకర్‌నాయర్ నియమించడం నిలువెత్తురూపం. రాష్ట్రకాంగ్రెస్‌లో వి. హనుమంతురావుగారికిస్తున్న-ప్రాధాన్యత ఏమీతక్కువ కాదు. రాష్ట్రయువజన కాంగ్రెస్ అధ్యక్షులు సుధాకర్‌గారికి ప్రాధాన్యత ఇవ్వడంలో-యువశక్తిని నవశక్తిని నిత్యం ఆమె ఆదరిస్తుందనటానికి ఒక ఉదహరణ.

ఆమెకాంగ్రెస్ అధ్యక్షపీఠాన్ని అలంకరించినదే తడవు-బేంబేలెత్తిన భారతీయ జనతాపార్టీ ఆమెపై తగనినిందల్ని ఆరోపణల్ని చేయసాహసించింది. ఆమెను విదేశీయరాలగ చిత్రించ సిద్ధపడింది. తాను భారతమాత పుత్రికనని ఆమె

ఢంకాభజామించి చెప్పడమే కాదు -అసంఖ్యాక భారతీయ ఆత్మలు ఆమెను భారతీయ వనితగా నెహ్రూకుటుంబం సభ్యురాలిగా నినదిస్తూ ఘోషించాయి. జవహర్ ముద్దల మనవడు- రాజీవుని సతి- విదేశాలలో సోనియా జన్మించిన భారత పౌరసత్వాన్ని ఆమె ఏనాడో స్వీకరించారు. అంతేకాదు తన భర్త దేశప్రధానిగ ఉండగ-దేశహితం ఆశిస్తు- అతనితో దేశం నలుమూలలు పర్యటించి ప్రజలు కష్టసుఖాల్లో భాగం పంచుకున్న దేశభక్తురాలు శ్రీమతి సోనియాగాంధి.

ఏ ఒక శక్తి ఎన్ని పన్నాగాల్ని పన్నిన- మాయమాటలాడిన- మంతనాల్ని జరిపిన- భారత జాతినుండి ఆమెను విడదీయలేరు-అసలు కాంగ్రెస్‌పార్టీని **1885**లో ప్రథమంగా స్థాపించిన వ్యక్తి-భారతీయుడేకాదు. ఆంగ్లేయుడు అయిన A W హ్యూమ్ అంతేకాక భారతదేశ ప్రజలసుఖ సంతోషాలకు పరితపించి స్వరాజ్యసాధనకు అనేకవిధాల శ్రమించిన బ్రిటీష్‌వనిత-అనిబిసెంట్- భారతీయ వనితగానే అవతారిక దాల్చారు.

శ్రీమతి సోనియా స్వాతంత్ర్య పోరాటాల్లో- ఆమెపాల్గొనలేదన్న లోటేమీలేదు. భారతదేశ ప్రధాన రాజకీయశక్తిగ గూడుకట్టుకొని-దేశస్థాయిలో-మేళవించి- భారతదేశానికి- దశదిశా నిర్దేశనంచేసిన రాజకీయకుటుంబంలో శ్రీమతి సోనియా అడుగపెట్టారు. ఆమె మెట్టినిల్లు రాజకీయాలకు పుట్టినిల్లు-ఆమె ఇంటిలో దొరకని రాజకీయాలు ఆమె వంట బట్టని రాజకీయాలు ఏమీలేవు-అత్త ఇందిర-భర్త రాజీవ్ ఇరువురు మనదేశమాజీ ప్రధానులు జాతీయ నాయకులు దేశభక్తి త్యాగాలను-పేర్వడినకుటుంబీకులు జనస్వామ్య రక్షకులు-గాంధీ నెహ్రూజీ వారసులు.

శ్రీమతి సోనియాగాంధీ నేడు ఒక వ్యక్తికాదు- ఒక మహాశక్తి. జాతీయస్థాయిలో ప్రజాతంత్ర వ్యవస్థను-నడిపే మహోన్నతవ్యక్తి-దేశానికి స్వరాజ్యంతెచ్చిన పార్టీకి ఆమె అధినాయకురాలు. బడుగు బలహీన జనబాంధవిగ పేరొందిన స్వర్గీయ మాజీప్రధాని ఇందిరాగాంధీ-నడపిన పార్టీకి ఆమె ఇప్పుడు అధినేత. పంచాయితీరాజ్ వ్యవస్థకు తను ఊపిరినిచ్చి పోషించిన మాజీప్రధాని రాజీవుని ప్రజాస్వామ్య పంథాను అభ్యుదయ పథకం వైపునడిపించ సిద్దపడిన దేశభక్తురాలు సోనియా.

రాజీవుని తదుపరి ఏ ఒకరు పార్టీసిద్ధాంతాలకు విశ్వాసాలకు- ఒక ప్రత్యేకతగ నిలువలేక పోయిన-సడలిన- రాజకీయ ఆర్థికసిద్ధాంతాల్ని-మరల ఒకదారిలో పడేలా- శ్రీమతి సోనియా కలకత్తా కాంగ్రెస్ ప్లీనరీ సమావేశంలో కాంగ్రెస్ పార్టీ సిద్ధాంతాన్ని మరల పునఃప్రస్తావించారు. నెహ్రూజీ సామ్యవాద-సమాజ నిర్మాణానికి కాంగ్రెస్ పార్టీ దూరంకాలేదని- కలకత్తా కాంగ్రెస్ మహాసభ ధృవీకరించింది. నెహ్రూ ఇందిరా రాజీవులు-నెలకొల్పిన దేశ ఆర్థిక- విధానాల నుండి కాంగ్రెస్‌పార్టీ ఎన్నడు పయి తొలగదని స్పష్టపరచారు-సంస్కరణలు బాటలో నడచినను కాంగ్రెస్ గత ప్రధానుల ఆర్థిక ప్రణాళికల్ని విస్మరించలేదని పునరుద్ఘాటించారు.

దేశానికి ఎనలేని సేవలొనర్చి-అపురూప త్యాగాల్ని అందించిన నెహ్రూ కుటుంబ సభ్యురాలిగా కలకత్తా కాంగ్రెస్ ప్లీనరీ సమావేవంలో ప్రసంగిస్తూ - ''పేదలను బీదలను-కేంద్ర బిందువుగ భావించి- ఆర్థికవిధానాల్ని రూపొందించుకోవాలన్న మహాత్మాగాంధీ-సలహాల్ని కాంగ్రెస్ పార్టీఅనుసరించాలని- గాంధీని మార్గదర్శకునిగ భావించాలని సోనియా అభిభాషించారు.

కాంగ్రెస్‌పార్టీయేం- ఈ దేశంలో-నిరుపేదలకు -బీదలకు పీడిత ప్రజానీకానికి - మేలుచేయ గల శక్తియుక్తుల్ని కలిగినదని-వారి అభివృద్ధి పార్టీ నిర్విరామకృషి చేస్తుందని ప్రకటించారు. ప్రజాస్వామ్యం-లౌకికవాదం-పార్టీ ఉచ్ఛ్వాస-నిశ్వాసాలని ధ్రువపరచారు.

శ్రీమతి సోనియాగాంధీ-భారతదేశ రాజీయాల్లో నిలద్రొక్కుకొని రాణించడమే తరువాయి-మరల నెహ్రూజీ పంచవర్ష ప్రణాళికలకు - నెహ్రూ ప్రణాళికావిధానానికి ప్రజాపంపిణి వ్యవస్థకు ప్రాణం వచ్చినట్లుయింది. ఇందిర అమలుపరచిన **20** ఆర్థికసూత్రాలు-సంస్కరణలు మరల నిలువెత్తురూపంలో నడవసిద్ధపడనున్నాయి.శ్రీమతి సోనియాగాంధీ మెట్టినిల్లు-దేశభక్తి భావాలకే కాదు- త్యాగమయి జీవితాలకు పుట్టినిల్లు-భారతదేశానికి-కాంగ్రెస్‌పార్టీ నాయకులై-సుమారు **40** ఏండ్లు ప్రధానులుగ మెలిగిన ముగ్గురు-నెహ్రూ-ఇందిర- రాజీవ్‌లుకు చెందిన కుటుంబంలో అత్తింటికోడలిగ ప్రవేశించారు. దేశభక్తి

భావాల్ని త్యాగమయి- జీవితాల్ని చవి జూచినవారు-తన అత్త-తన భర్త-ఒకరు తీవ్రవాద శక్తులకు మరొకరు- మతపరమైన శక్తుల బలియైన-అధైర్యపడక లౌకికవాదం ప్రజాస్వామ్యం భారత్‌లో వర్ధిల్ల-కార్యరంగంలో దూకి-కాంగ్రెస్ అధ్యక్షురాలిగా నేడు వ్యవహరిస్తున్నారు.

సోనియాకు తన భారత ఎన్నికల పర్యటనలో బ్రహ్మరథం ప్రజలు పట్టడానికి కారణం ప్రజలలో తనను భారతప్రధానిగ త్వరలో చూడగలమన్న ప్రేమాభిమానాలే కారణం-భారత్‌లో లౌకికవాదం ప్రజాస్వామ్యం నిలద్రొక్కుకోవటానికి మీసేవలు అవసరమని భారత ప్రజానీకం- విశ్వసిస్తోంది - శ్రీమతి సోనియా గాంధీని స్వాగతిస్తోంది.

బడుగు బలహీనవర్గాలవారి - బ్రతుకుల్ని చక్కదిద్దే-దేవతగ-మరలమరో ఇందిరాగాంధీ వారికి ప్రత్యక్షమైనట్లు సకలజనావళి- సోనియాగాంధీకి నివాళుల నర్పిస్తున్నారు. దేశ అధినేతగ ప్రదాని పదవిలో ఉండాలని అర్థిస్తున్నారు. ఆసేతు హిమాచల పర్వతం ఆమె సభలకు లక్షలాది జనం- హాజరయి తన ప్రసంగాల్ని తన సందేశాల్ని వినడం జరిగింది - జరుగుతున్నది.

అధ్యతన భావిలో భారతదేశ ప్రధాని మంత్రిగా భారతీయ కాంగ్రెస్‌పార్టీ నేతగా- పదవి నధిష్ఠించి తీరుతారు. సమసమాజ నిర్మాణానికి సంక్షేమ రాజ్యసాధనకు శ్రీమతి సోనియాగాంధీ కంకణంకట్టుకున్నారు. కాంగ్రెస్‌పార్టీ- రథసారథి సోనియా ఎనలేని కృషిసలిపి-భారతదేశ భాగ్యోన్నతకి ఇందిర రాజీవులవలె తగిన పేరు ప్రఖ్యాతల్ని అందగలరనుటలో ఏ ఒకరికి సంశయం ఉండనవసరంలేదు.

The state exists for the Inividuals
not the individuals for the state
that was his cardinal principal

Dr.S. RadhaKrishna

విశ్వానికి వెలుగురేఖ

మహాత్మాగాంధీజి

వంగపండు

సంక్షిప్త

కాంగ్రెస్ - పార్టీ - చరిత్ర
(Congress - Party - Charitra)

నవభారత-నిర్మాత-శాంతిదూత

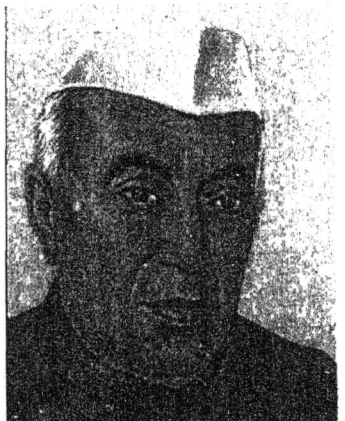

పండిట్ జవహర్‌లాల్-నెహ్రూ

భారతీయ జాతీయ కాంగ్రెస్‌పార్టీ స్థాపన **1885**లో జరిగింది. పదవీ విరమణ చేసిన ఒక బ్రిటిష్ ప్రభుత్వోద్యోగి-అధ్యక్షతన జరిగన-ప్రథమ సమావేశానికి- బొంబాయిలోగల ఒక సంస్కృత పాఠశాల వేదిక. సమావేశానికి- హాజరైన ప్రతినిధులు **72** మంది. ఆ ప్రభుత్వోద్యోగిపేరు ఏ.ఓ.హ్యూమ్. ఆంగ్లజాతీయుడు- ఈ సమావేశంలో పాల్గొన్న ఆంధ్రప్రతి నిధులలో కొంతమంది సభ్యులలో పి.రంగయ్యనాయుడు -యన్.సుబ్బారావు పంతులు-ముఖ్యులు.

ఆనాటి నేషనల్ కాంగ్రెస్‌పార్టీ ఆశయం-స్వరాజ్యసాధనకాదు-కేవలం-వివిధ ప్రాంతాలనుండి వచ్చిన-వారిని సమైక్యపరచి-కొన్ని సదుపాయాల్ని చేయమని కేంద్ర ప్రభుత్వానికి వినతి పత్రాల్ని సమర్పించడం మాత్రమే. జాతీయవాదాన్ని పెంచి పెద్దచేయుటం. కులమత వర్గ-ప్రసక్తిలేని-జాతీయ ఐక్యతాభావాన్ని ప్రజలలో వ్యాప్తిజేయడం. తన ప్రథమ కర్తవ్యాలు. **1885** నుండి నిజానికి-జాతీయ కాంగ్రెస్- ఏర్పడినప్పటి నుండి- ఆంధ్రకాంగ్రెస్ లీడర్స్ ఇందులో పాల్గొంటూ ప్రాధాన్యత వహించారు.

ఇంతేగాక- ఆనాటి మనదేశంలో గల పరిమిత విద్యావంతులు-ఆంగ్లపాలనపై- అసంతృప్తి చెందగ-వారిని పెడదార్లను పట్టకుండ- ఒకపార్టీగ సమైక్యపరచి- జనస్వామ్యబాటల్లో-వారిని పయనింపజేసేసాధన తరుణోపాయముగ- నాటి నేషనల్ కాంగ్రెస్‌కు రూపకల్పన-జరిగిందని కొందరు వ్యాఖ్యానిస్తారు.

1886 కలకత్తాలో జరిగిన-కాంగ్రెస్ సమావేశానికి ఆంధ్రప్రాంతంనుండి **21**మంది డెలిగేట్స్ హాజరైనారు. **1891**లో నాగపూర్ కాంగ్రెస్ మహాసభకు-ఆంధ్రుడు-పి. ఆనందాచార్యులు- అధ్యక్షత వహించారు-పి.సారధినాయుడు-న్యాయపతి సుబ్బారావు- ఇందులో పాల్గొన్నారు.

1885నుండి**1892**వరకు జరిగిన తన సాంవత్సరిక సమావేశాల్లో-ఆనాడున్న- పరిమిత నామినేటేడ్ సభ్యులుగల ''శాసనసభలను''-సంస్కరించమని కోరేవారు ఎన్నుకోబడిన ప్రతినిధులే ఈ సభలలో ఉండాలని-

వాదిస్తూ చర్చిస్తూ- ఆమేరకు వినతి పత్రాల్ని- ఆంగ్లప్రభుత్వానికి అందించడంలో సరిపోయేది.

1892లో ఇండియన్‌కౌన్సిల్ అక్ట్ (Indian council Act) వచ్చింది. కేంద్రంలో- ఇంపీరియల్‌లెజిస్లేటివ్‌కౌన్సిల్- రాష్ట్రాలలో స్టేట్‌లెజిస్లేటివ్‌కౌన్సిల్స్ ఏర్పడ్డాయి. వీటిలో గల మెంబర్ల సంఖ్యనుపెంచారు. ఇవేమి ప్రజలనుండి ఎన్నుకోబడిన ప్రతినిధులతో నిండినివికావు. ఇందులో గల సభ్యులెల నియామకులే. అయితే ప్రప్రథమంగా పరోక్షంగానైనభారతీయులకు చట్ట సభలలో నామమాత్రము గానైన ప్రవేశించే సువర్ణావకాశం దొరికింది. వారు కౌన్సిళ్లలో ఇతర విషయాలపై తప్ప- బడ్జెట్ (Budget) చర్చలలో పాల్గొనటానికిలేదు.

1892లో మద్రాస్ ప్రెసిడెన్సిల్‌లోగల డెల్టా ప్రాంతంలో కృష్ణాజిల్లా సంఘమనేదొకటి ఏర్పడింది. రామస్వామి గుప్త- మార్గదర్శి- గుంటూరు మచిలీపట్నాలలో సమావేశాల్ని నిర్వహించారు.

1894లో కృష్ణాజిల్లా రైతాంగం- దీపం చిన్నదైన- వెలుగునిస్తుందన్న ఆకాంక్షతో- సభ- జరిపారు- పదివంది- ఆనాడు ఒకచోట- కూడ చర్చించడమనేది ఒక ప్రగతి కరవిషయం. అజ్ఞానభారతిలో- విజ్ఞానమలుపు- ధాస్యం దండనతో బాధపడు జాతికి- ఒక క్రొత్తవెలుగు. రాజకీయ చైతన్యానికి- ఒకరాజ మార్గం- ఏలూరులో జరిగిన- ఈసమావేశంలో భూమి పన్నుల్ని నీటి పన్నుల్ని తగ్గించమని- కోరింది- ఇది అరణ్యరోదన అయిన- ఇదిరైతాంగం బాధలకునివేదన.

1897లో- మహారాష్ట్రనుండి- బ్రిటిష్‌రాజరిక నియంతృత్వ పోకడల్ని అరికట్టె దిశగ- పరిమిత సంఖ్యలోనున్న- ఆనాటి విద్యాధికులు- పయినించారు- అందులో చెప్పుకోదగినవారు- బాలగంగాధర్ తిలక్- జాతీయభావాన్ని ప్రజలలో- రేకెత్తించటానికి- శివాజీ ఆరాధనోత్సవాల్ని- గణపతినవరాత్రి మహోత్సవాల్ని- నిర్వహించేవారు. బ్రిటిష్ రాజరిక మదగజానికి ఒక అంకుశం బాలగంగాధర్- నీటిపారుదల సంక్షేమవసతులు కావాలని తెల్లదొరల నర్థించారు.

అయిన కాంగ్రెస్‌పార్టీ సమర్పించిన వినతి పత్రాల్ని-తెల్లదొరల ప్రభుత్వం-ఏమి పట్టించుకొనేది కాదు. ఇండియన్ కౌన్సిల్ రద్దుకావాలని శాసనసభల్ని సంస్కరించాలని ఇండియాలోనే - I C S. పరీక్షల్ని జరిపించాలని-ఎంతవేడిన-చర్చించిన-వాదించిన- ఆంగ్లప్రభుత్వం-పెడచెవినిపెట్టింది.

ఈప్రభావం దేశంలోగల అన్నిప్రాంతాలతోపాటు-మన ఆంధ్రప్రాంతంలో కూడ విస్తరించింది. రష్యాపైజపాన్ విజయం వలన మనదేశ జాతీయతాభావం (Indian National Spirit) ప్రతిధ్వనించింది. ఇండియాలో ఆనాడున్న-అనేకసంస్థానాల్లో ఒకసంస్థానం- హైదరాబాద్‌సంస్థానం సర్వ స్వతంత్ర ఎస్టేట్‌గా ఉండేది. ప్రజలకు పౌరహక్కులు లేవు భూస్వాములు రైతాంగాన్నిపట్టి పీడించేవారు బానిసత్వం -వెట్టిచాకిరికి ప్రజలు ఎన్నోబాధలకు గురిఅయినారు.

1903లో జాతీయ కాంగ్రెస్ బెంగాల్ విభజనను వ్యతిరేకిస్తు గంజాం జిల్లాలను మద్రాస్‌నుండి విడదీయరాదని తీర్మానించారు. స్వాతంత్ర్యోద్యమం-బెంగాల్ విభజనతో కొత్తరూపం దాల్చింది. సురేంద్రనాథ్‌బెనర్జీ నాయకత్వాన విభజన ``వందేమాతరం వందేరాజ్యం'' అన్న ఉద్యమంసాగింది. స్వదేశీ ఉద్యమంగ పేరొందింది. జాతీయ రంగంలో కొత్త నాయకులుద్భవించారు. తిలక్-లజపతిరాయ్-బిపిన్- చంద్రపాల్- దుఖాణాల్ని బంద్ విదేశీవస్తు బహిష్కరణ జరిపి- స్వతంత్ర్యం కావాలన్న-భావనల్ని వ్యాప్తిచేసేరు.

1905లో బెంగాల్ విభజన జరిగింది-పరిపాలన సౌలభ్యంకోసమని ఆంగ్లప్రభుత్వం ఎంత చెప్పిన - భారతీయుల్ని విభజించి పాలించాలన్నదే అంగ్లేయుల భావం అని భారతీయులలో ఏర్పడింది.**1905**లో జాతీయవాదులు-రెండుగ విడిపోయారు-జాతీయోద్యమంలో అతివాదులు- మితవాదులు ఏర్పడ్డారు-మితవాదుల పద్ధతులు ఆంగ్ల చట్టాల పరిధులకు లోబడి ఉండేవి. విన్నపాల ద్వార ఉపన్యాసలద్వారా-రాజకీయ ప్రగతిసాధించాలనేది వీరిధ్యేయం-ఆంగ్ల పరిపాలనను-మన దేశజాతీయ పరిపాలనగ -మార్చాలన్నదే వీరి అభిప్రాయం. అయితే అతివాదులు - ఇందుకు విరుద్ధముగ- ఉద్యమాన్ని లేవదీసారు- అధికార యంత్రాంగం చేతిలో -

16

ఇండియన్ నేషనల్ కాంగ్రెస్ ఒక సాధనగ- ఇమడబోదని నిరూపించారు. ఇందుకు బ్రిటిష్‌వారు-కాంగ్రెస్ పార్టీని అణచి వేయటానికి-విడదీసి పాలించే విధానాన్ని అమలు జరుపుతూవచ్చారు. జాతీయ వాదులకు సంతృప్తి కలుగలేదు-తిరుగుబాటులు-బెలుసాలలు- ఉరికోయ్యలు ప్రత్యక్షం.

1906లో దాదాబాయినౌరోజీ బ్రిటీష్ సామ్రాజ్యపరిధిలోపలగనే భారతదేశం- స్వయం ప్రభుత్వం కావాలని ప్రకటించారు. ఆధునికమైన పారిశ్రామిక-అభివృద్ధి జరగాలని-స్వదేశీయ వస్తువుల ఉత్పత్తులక రక్షణ నివ్వాలని-భూమిశిస్తు తగ్గించాలని ఉద్యమాన్నిలేవదీశారు. అంతేగాక పాలనా యంత్రాంగంలో భారతీయులకు ఉన్నత పదవులను ఇవ్వవలెనని పట్టుబట్టారు.

జాతీయవాదులు-తమ ఉద్యమంద్వారా-అతివాదులైన మితవాదులైన ఇరువర్గాలవారు జన జీవన జాతిలో విస్తృతమైన జాగృతిని-తెచ్చిపెట్టారు-రాజకీయాలపై ప్రజలకు ఆసక్తి కలిగేటట్లు చేసారు. ప్రజాస్వామ్యమంటే ఏమిటో సామ్యవాదమంటే ఏమిటో-దేశ ప్రజలెల్లరికి తెలియజెప్పారు. స్వదేశీపాలన వలన ప్రజలకు కలుగుతున్న నష్టాలను కష్టాను సవివరముగ వినిపింపజేసారు - రాజకీయోద్యమ పోరాటానికి-జాతీయోద్యమానికి వీరు తగిన ప్రచార సాధన సంపత్తిని చేకూర్చారు.

1906లో మద్రాస్ పారిశ్రామిక సంఘం ఏర్పడింది. స్వదేశీవస్తువుల్ని అమ్మకం. ఈసంఘం యొక్క గొప్పతనం వీరు ప్రచారంచేసారు. ''స్వదేశీలీగొ'' ఏర్పడినది. న్యాయపతి సుబ్బారావు కె.వెంకట్రావు-''స్వదేశీ తనం'' వ్యాప్తికి నియమించబడినారు.

1907లో మచిలీపట్నం-ముట్నూరి కృష్ణారావు-కృష్ణపత్రిక ఎడిటర్- వీరి నిర్వహణ సారథ్యంలో బిపిన్ చంద్రపాల్-కోస్టల్ ఆంధ్రాలో విజయనగరం - విశాఖపట్నం పర్యటించారు. తదుపరి కాకినాడలో రాజమండ్రిలో పర్యటించగ స్వదేశీ ఉద్యమవ్యాప్తిని బలపరచే ''సమితి'' అనేది ఏర్పడింది గంటులక్ష్మన్న, టంగుటూరి శ్రీరాములు, చిలకూరి వీరభద్రరావు మొదలగు వారు ఇందులో ముఖ్యులు.

ఇండియన్ నేషనల్ కాంగ్రెస్ ఒక సాధనగా- ఇమడబోదని నిరూపించారు. ఇందుకు బ్రిటీష్‌వారు- కాంగ్రెస్ పార్టీని అణచి వేయటానికి- విడదీసి పాలించే విధానాన్ని అవలు జరుపుతూవచ్చారు. జాతీయవాదులకు సంతృప్తి కలుగలేదు- తిరుగుబాటులు- బెలుసాలలు- ఉరికోయ్యలు ప్రత్యక్షం.

1906లో దాదాబాయినౌరోజీ బ్రిటీష్ సామ్రాజ్యపరిధిలోపలగనే భారతదేశం- స్వయం ప్రభుత్వం కావాలని ప్రకటించారు. ఆధునికమైన పారిశ్రామిక- అభివృద్ధి జరగాలని- స్వదేశీయ వస్తువుల ఉత్పత్తులక రక్షణ నివ్వాలని- భూమిశిస్తు తగ్గించాలని ఉద్యమాన్నిలేవదీశారు. అంతేగాక పాలనా యంత్రాంగంలో భారతీయులకు ఉన్నత పదవులను ఇవ్వవలెనని పట్టుబట్టారు.

జాతీయవాదులు- తమ ఉద్యమంద్వారా- అతివాదులైన మితవాదులైన ఇరువర్గాలవారు జన జీవన జాతిలో విస్తృతమైన జాగృతిని- తెచ్చిపెట్టారు- రాజకీయాలపై ప్రజలకు ఆసక్తి కలిగేటట్లు చేసారు. ప్రజాస్వామ్యమంటే ఏమిటో సామ్యవాదమంటే ఏమిటో- దేశ ప్రజలెల్లరికి తెలియజెప్పారు. స్వదేశీపాలన వలన ప్రజలకు కలుగుతున్న నష్టాలను కష్టాను సవివరముగ వినిపింపజేసారు - రాజకీయోద్యమ పోరాటానికి- జాతీయోద్యమానికి వీరు తగిన ప్రచార సాధన సంపత్తిని చేకూర్చారు.

1906లో మద్రాస్ పారిశ్రామిక సంఘం ఏర్పడింది. స్వదేశీవస్తువుల్ని అమ్మకం. ఈ సంఘం యొక్క గొప్పతనం వీరు ప్రచారంచేసారు. ''స్వదేశీలీగ్'' ఏర్పడినది. న్యాయపతి సుబ్బారావు కె. వెంకట్రావు- ''స్వదేశీ తనం'' వ్యాప్తికి నియమించబడినారు.

1907లో మచిలీపట్నం - ముట్నూరి కృష్ణారావు- కృష్ణపత్రిక ఎడిటర్- వీరి నిర్వహణ సారథ్యంలో బిపిన్ చంద్రపాల్- కోస్టల్ ఆంధ్రాలో విజయనగరం - విశాఖపట్నం పర్యటించారు. తదుపరి కాకినాడలో రాజమండ్రిలో పర్యటించగ స్వదేశీ ఉద్యమవ్యాప్తిని బలపరచే ''సమితి'' అనేది ఏర్పడింది గంటులక్ష్మన్న, టంగుటూరి శ్రీరాములు, చిలకూరి వీరభద్రరావు మొదలగు వారు ఇందులో ముఖ్యలు.

ఆంధ్రనేషనల్ ఎడ్యుకేషనల్ కమిటీ విజయనగరంలో ఏర్పడింది కలకత్తా కాళి-విజయవాడ దుర్గా- ఆరాధనల్ని సమీకరణ చేసారు-బిపిన్ చంద్రపాల్ పర్యటన వలన-మచిలీపట్నంలో- జాతీయపాఠశాల ఏర్పడింది. తదుపరి ఇదే ఆంధ్ర జాతీయ కళాశాలగ మారింది.

1910కి-వందేమాతరం ఉద్యమం సన్నగిల్లింది. అతివారం అంతరించి మితవాదం-తన ప్రాబల్యాన్ని నెరుపుకోవటం ప్రారంభించింది-తిలక్- బిపిన్‌పాల్ అరవిందుడు-తీవ్రజాతీయోద్యమమును నడిపినవారు మాండలే జైళ్లలో -తిలక్‌ను బంధించారు-పాల్‌ను చెరసాలలో వేసారు. అరవిందుడు- పాండిచ్చేరిలో తన జైలు జీవితం తదుపరి- ఆశ్రమాన్ని కట్టుకొని ఆధ్యాత్మిక జీవితాన్ని ప్రారంభించారు. ఆంధ్రలో ఈ ఉద్యమం - మితవాదుల హస్తాల్లోకి వెళ్లింది. బి.యన్.శర్మ కొండావెంకట్రావు ఆనాటి మన ఆంధ్రులలో మితవాదులు.

1910లో -విజ్ఞాన-చంద్రిక మండలి- ఆంధ్రులచరిత్ర-అనుగ్రంథాన్ని ప్రచురించిరి. గతకాలమున ఆంధ్రుల ప్రభావాన్ని ఇందులో వ్రాయడం జరిగింది

1914లో మద్రాస్‌లో జరిగిన -కాంగ్రెస్ మహాసభకు ఆంధ్ర నుండి 256 మంది హాజరైన ఏ ఒకరికి వర్కింగ్ కమిటీలో స్థానం లభించలేదు. ఆంధ్రప్రసక్తిని తెస్తేనే తమిళనాయకులు అసభలో అడ్డువచ్చారు. ప్రత్యేక కాంగ్రెస్ ఆంధ్రస్థాయిలో ఏర్పడితేనేతప్ప- ఆంధ్రులకు విముక్తి లేదని-తీవ్ర ప్రయత్నాలిందుకు జరిగాయి-ఆంధ్రకాంగ్రెస్- ఏర్పడనిదే-ప్రత్యేక ఆంధ్ర ఏర్పడదని భావించారు నాల్గవ ఆంధ్రమహాసభ అఖిల భారత కాంగ్రెస్‌కమిటీ-ముందు ఒక తీర్మానం ద్వారా ఈ విషయాన్ని తెలియచెప్పారు.

1916 తదుపరి-జాతీయ ప్రాధాన్యాలుగల- ఐక్యకాంగ్రెస్-కాంగ్రెస్-ముస్లింలీగ్ సభ్యుల ''స్వతంత్ర పాలన'' వంటి సమస్యలు ముందుకొచ్చాయి.

1916లో జరిగిన అఖిలభారత కాంగ్రెస్ కమిటీ ఈ విషయం ప్రస్తావన రూపంలో ఒక తీర్మానం చేసింది. అయితే మద్రాస్ ప్రాంతీయ కాంగ్రెస్ కమిటీ దీనిపై అంగీకారానికి తీవ్రమైన కాలయాపన చేసింది.

హిందూదేశరాష్ట్రాల పునర్విభజన అన్న అంశంపై ఒక కరపత్రం వెలసింది. దీనికి కర్తలు కొండావెంకటప్పయ్య-పట్టాభి సీతారామయ్య.

1916లో జరిగిన కాంగ్రెస్ మహాసభలో- అనిబిసెంట్- ఈ ప్రతిపాదనకు వ్యతిరేకించారు. తీవ్రమైన వాదోపవాదాలు జరిగాయి. సంస్కరణల తదుపరి ఈ విషయాల్ని చర్చించాలని మహాత్మాగాంధీ అభిప్రాయపడినారు. భాషాప్రయుక్త రాష్ట్రాలు ఏర్పడినగాని -ఇండియా విజయవంతమైన ప్రజా స్వామ్యాన్ని నెలకొల్పలేమని తమిళనాయకులు అభిప్రాయపడినారు.

1916లో అక్నోలో జరిగిన కాంగ్రెస్ మహాసభ తదుపరి అనిబిసెంట్ ఆంధ్రాలో పర్యటించారు. ఏలూరు మితవాద కాంగ్రెస్‌నేతలు ఈమె కార్యక్రమ నిర్వహణ సారధులు. కాకినాడరాజమండ్రి - ఏలూరులో పర్యటించారు బ్రిటిష పాలనను ఇండియా పత్రికల్ని- అనిబిసెంట్ విమర్శించినందుకు అనిబిసెంట్‌ను 1917లో గృహనిర్బంధం చేసారు. ఆల్ ఇండియా కాంగ్రెస్ కమిటి-మద్రాస్- ముస్లింలీగ్-మండలి- ఆమెను విడిపించ ప్రయత్నించారు. హోంరూల్ ఉద్యమం ఈ ఉద్యమానికి అవరోధం చెప్పింది.

1917లో కలకత్తా కాంగ్రెస్ మహాసభకు అనిబిసెంట్ అధ్యక్షత వహించారు. ఆంధ్రప్రాంతీయ కాంగ్రెస్ ఆవిర్భవానికి ఆ సమావేశంలో అనుమతించబడింది.

1918లో (22-1918) నూతన ఆంధ్రప్రాంతీయ కాంగ్రెస్‌పార్టీ ఆవిర్భవించింది. న్యాయపతి సుబ్బారావు అధ్యక్షులు-కొండావెంకటప్పయ్య కార్యదర్శి - ఆంధ్రోద్యమానికి బలమైన పునాది ఏర్పడింది.

1918లో కాంగ్రెస్ బొంబాయిలో ప్రత్యేక సమావేశం - ఏర్పాటు చేసింది. హసన్‌హిమమ్ (Hassan Hima) అధ్యక్షత వహించారు. సంస్కరణల్ని అంగీకరించారు. 1918లో ప్రాంతీయ ఆంధ్రకాంగ్రెస్ కమిటీ విజయవంతంగా విజయవాడలో సమావేశమైనది. 1919 స్వాతంత్రోద్యమంలో సువర్ణాక్షరాలతో లిఖించబడిన సంవత్సరం సత్యాహింసల సారధి-మహాత్మాజీ హిందూదేశ రాజకీయ రంగంలో ప్రవేశించిన సంవత్సరం. అప్పటి దేశ పరిస్థితులకు తగిన

నాయకుడు- మహాత్మాగాంధీ జాతీయోద్యమాన్ని అణచివేయటానికి- బ్రిటీష్ ప్రభుత్వం రౌలత్‌చట్టం చేసింది. (Rolata Act) వ్యక్తుల్ని నిర్బంధించి జైలు పాలు చేయగలదీ చట్టం- పత్రికా స్వాతంత్రానికి భావస్వాతంత్ర్యానికి గొడ్డలిపెట్టు గాంధీజీ దేశ ప్రజలకు- పిలుపునిచ్చారు. సత్యాగ్రహ సమర సాధనకు, స్వాతంత్రోద్యమ భానోదయానికి జాతీయ అవగాహన దినముగ 1919 ఏప్రిల్ 6వతేది భావించబడింది. శాసనోల్లంఘన చేయమని గాంధీజీ దేశ ప్రజలను కోరి తను అమరణ నిరాహార దీక్ష ప్రారంభించారు.

1919 ఏప్రిల్ 8వ తేదీన ఢిల్లీ-పంజాబ్‌లో ప్రవేశించవద్దని బ్రిటిషువారు నిషేదాజ్ఞాల్ని గాంధీజికి జారీచేసారు - 1919 ఏప్రిల్ 13వ తేదీన జలియన్ వాలాబాగ్ దురంతం జరిగింది. జనరల్ డయ్యర్ విచక్షణా రహితంగా కాల్పుల్ని జరిపి-సభకు హాజరైన వందలాది మందిని కాల్చిచంపారు.

1919నవంబరు నెల 24వ తేదీన ఢిల్లీలో జరిగిన ఇస్లామిక్ కాన్ఫిరన్స్‌కి గాంధీజి అధ్యక్షత వహించారు. ఈసమావేశంలోనే మొట్టమొదటుగ సత్యాగ్రహం సహాయనిరాకరణ విధానాల్ని ప్రకటించారు. (Techinique of Non-Violent and non co-operation movement)

1919లో కాంగ్రెస్ వార్షిక మహాసభ-అమృతసర్‌లో మోతీలాల్ నెహ్రూ అధ్యక్షతన జరిగింది. మౌంట్‌ఫోర్డు-సంస్కరణలు అమలు జరిగాయి. జైళ్లనుండి-రాజకీయ నాయకుల్ని విడుదలచేసారు-అయితే R. దాస్ తిలక్- ఈ సంస్కరణలతో సంతృప్తి చెందలేదు - తిరస్కరించారు. గాంధీజీ - మాలవ్య- వీరికి నచ్చుజెప్ప ప్రయత్నించారు-రాజీమార్గంలో ఒక తీర్మాన కాంగ్రెస్ మహాసభ చేసింది. సంస్కరణలు సరియైనవికావు - అయిన బ్రిటిష్‌పార్లమెంట్ ఇండియాలో బాధ్యతాయుత పాలనకు తగిన చర్యలు తీసికోవాలి. ఇందుకు స్వయం నిర్ణయాధికారం (Principle of self determination) ప్రాతిపధికగ ఉండాలి.

1919 ఇండియా గవర్నమెంట్ చట్టం మేరకు -శాసన సభకు ఎన్నికలు జరిగాయి ఆంధ్రులు తమ హక్కుల్ని రక్షించుకోవటానికి సిద్ధపడినారు. ఆంధ్రమహాసభ- ప్రాంతీయ- ఆంధ్ర కాంగ్రెస్‌పార్టీ సభలు సమావేశాన్ని

జరిపాయి-మొత్తం సీట్లలో సగం-తెలుగు జిల్లాలకు కేటాయించాలి. మద్రాస్ యూనివర్శిటీకి- ఒకటి- ఉత్తర జిల్లాల కొకటి - రిజర్వుచేయాలి శాసనమండలి లోగల నాల్గుసీట్లలో రెండు తెలుగు జిల్లాలకు ఇవ్వాలి.

1919 మద్రాస్ ప్రభుత్వం-చీరాల పేరాలను-మున్సిపాలిటీగ ప్రకటించింది. ఇందువలన పన్నుల భారం పెరింగింది. హెచ్చుమంది ఇందులో నేతపనివాండ్రు సన్నకారురైతాంగం- స్వల్పాదాయవర్గాలు-అప్పటి మద్రాస్ ఛీఫ్‌మినిష్టర్- జస్టీస్ పార్టీనాయకులు- రాజారామ అయ్యంగారు కాంగ్రెస్ పార్టీ ప్రతిపక్షం- చీరాలపేరాల అభ్యర్ధనను తిరస్కరించారు ఈ ఉద్యమనేత కాంగ్రెస్ పార్టీనాయకులు- దుగ్గిరాల గోపాలకృష్ణయ్య కావడమే ఇందుకు ముఖ్యకారణం.

1920లో నేషనల్ మూవెంట్‌ను ఉధృతపరచుటకు- ''హోంరూల్‌లీగ్స్'' అనేవి ఏర్పడినవి - తిలక్- మహారాష్ట్రలో ఏర్పరచగ ఇరిష్ దేశానికి (బ్రిటిష్ దేశంలో భాగం) చెందిన ఒక మహిళ- అనిబిసెంట్-''థియాసోఫికల్‌సొసైటి'' అధ్యక్షురాలు- మరొక లీగ్‌ను మద్రాస్‌లో ఏర్పరచారు. లోకల్ సెల్ఫ్‌గవర్నమంట్(Local self-Government) ఏర్పరచాలని ఉద్యమించారు ఆంధ్రలో గాడిచర్ల హరిసర్వోత్తమరావు ప్రత్యేకమైన శాఖను ఏర్పరచారు.

1920లో కలకత్తా కాంగ్రెస్ సమావేశంనకు ఆంధ్ర నుండి వెంకట అప్పయ్య- పట్టాభి సీతారామయ్య-దుగ్గిరాల గోపాల కృష్ణయ్య-అయ్యదేవర కామేశ్వరరావు హాజరు అయ్యారు. **1920**సెప్టెంబర్ **1**వ తేదీన ప్రత్యేక కాంగ్రెస్ సమావేశం కలకత్తాలో జరిగింది. వెంకటప్పయ్య-పట్టాభి- దుగ్గిరాల-కాశేశ్వరావు బాపయ్యవంటి కాంగ్రెస్ ఉద్ధండులు హాజరైనారు. ఈ సమావేశంలోనే గాంధీజి ప్రవేశపెట్టిన సత్యాగ్రహం-సహాయ నిరాకరణోధ్యమవిధానాలు ఆమోదించబడినవి ప్రభుత్వ బిరుదుల్ని త్యజించాలి-శాసన సభల్ని న్యాయస్థానాల్ని కళాశాలల్ని- పాఠశాలల్ని బహిష్కరించాలి- ఎన్నికల్లో- చాలా తక్కువ మందే పాల్గొన్నారు.

1920సెప్టెంబర్ **17**వ తేదీన కాంగ్రెస్ ఎన్నికల్ని బహిష్కరించింది. ఈ బహిష్కరణావకాశంతో- అబ్రాహ్మణుల హక్కుల్ని కాపాడాలన్న ధ్యేయంతో

(To Protect the intrest of the non-Brahman) ఎన్నికల్లో పోటీ చేసిన జస్టిస్‌పార్టీ. మద్రాస్ శాసనసభలో- 98సీట్లలో విజయం పొందింది. రెడ్డియార్- ముఖ్యమంత్రి అయ్యారు- రామరాయ్యంగర్ రాజా కె.వి.రెడ్డినాయుడు ఇతర మంత్రివర్గ సభ్యులు.

1920 డిశంబర్‌లో కాంగ్రెస్ వార్షిక సమావేశం నాగపూర్‌లో శ్రీ.విజయరాఘవు రావుగారి అధ్యక్షతన జరిగింది. ఈ సభలో కాంగ్రెస్ విధానంలో మార్పు వచ్చింది. చట్టబద్ధంగా శాంతియుత పద్ధతులతో స్వరాజ్య సాధనేధ్యేయం- రాజ్యాంగసంస్కరణ లిందుకు తోడ్పడవు గాంధీజీ పిలుపునకు పన్నులనిరాకరణోధ్యమం పెదనందిపాడు లో నిర్వహించారు- చీరాల- పేరాలలో సత్యాగ్రహోద్యమం ప్రారంభమైనది.

1920లో వందేమాతరం నినాదంతో ఉద్యమం కొనసాగింది. చదువురాని- నిరక్షరాస్యులకు కూడ- జాతీయ భావాలను మొలకెత్తే మధుర గడియలవి. స్వేచ్ఛా - సమానత్వాలు- ప్రజ్వరిల్లుతున్న- శుభ సమయమిది- మధనమోహన్ మాలవ్య- లాలాలజపతిరాయ్- సుభాష్ చంద్రబోస్- కాశీచరణ బెనర్జీ ఆర్ ఎన్.మదోల్కర్ - శంకర్ నాయర్ కేశయపిల్లై- అంబికాచరణ మజుందార్- న్యాయపతి సుబ్బారావు సత్యానంద సిన్హ- ఆనాటి భారతదేశ వివిధ ప్రాంతాలలో ఉద్యమం నిర్వహిస్తున్న ఉద్ధండులు స్వాతంత్ర్యసమర యోధులు.

1920లో పూజ్యబాపూజీ స్వరాజ్య ఉద్యమానికి నాయకత్వం వహించారు- తదుపరి సత్యాహింసలు- కాంగ్రెస్‌పార్టీకి - జీవ కర్రలుగ నిలచాయి గాంధీజీ సత్యాగ్రహోద్యమం సహాయ నిరాకరణోద్యమం- ప్రజలను ఎంతగానో ఆకర్షించాయి గాంధీజీ ఆనాటి కాంగ్రెస్ ఉద్యమానిక రధసారధి దేశబంధు చితరంజన్‌దేసు ''లాల్- పాల్- బాల్'' - గాంధీపేర్లు ప్రముఖంగా ఆనాడు వినబడేవి.

1920లో సహాయనిరాకరణోద్యమం- ప్రారంభమైనది- అసంఖ్యాకులు జైలు శిక్షకు గురి అయ్యారు- **1920**లో గాంధీజీ సారధ్యంలో కలకత్తా కాంగ్రెస్ సమావేశం జరిగింది. ఈ సమావేశంలోనే సహాయనిరాకరణోద్యమం జరపాలని తీర్మానించారు.

1921 ఏప్రిల్ 1వతేదీన విజయవాడలో అఖిలభారత కాంగ్రెస్ మహాసభ జరిగింది. మోతీలాల్‌నెహ్రూ-చిత్తరంజన్‌దాస్- మహమ్మద్‌ఆలీ- వంటి జాతీయ నాయకుల్ని చూడటానికి ఆంధ్రదేశనలుదిక్కులు నుండి అసంఖ్యాక ప్రజలు వచ్చారు. దేశభక్త్-వెంకటప్పయ్య- ఆంధ్రరత్న దుగ్గిరాల- ఆంధ్రకేసరి టంగుటూరి దేశోద్ధారక కాశీనాధుని నాగేశ్వర్రావు డాక్టర్ పట్టాభి ఆంధ్ర కాంగ్రెస్ పార్టీ నాయుకులు ఈసభలలోనే కోటిరూపాయిల నిధిని తిలక్ స్వరాజఫరోకి వసూలు చేయనిర్ణయం జరిగింది. ఈ సభలోనే మన జాతీయ కాంగ్రెస్ జెండాని- పింగళి వెంకయ్య రూపకల్పన జేయుగ ఆమోదించబడింది-తదుపరి ఇదే కొద్ది మార్పులతో మనదేశ జాతీయ జెండాగా నిలిచింది.

ఈ మీటింగు తదుపరి గాంధీజీ-కాకినాడ-రాజమండ్రి- ఏలూరు మచిలీపట్నం - చీరాల- నెల్లూరు- ఇతర ప్రాంతాల్లో పర్యటించారు. అంతవరకు ఇంటి గడపదాటని మహిళాలోకం- రాజకీయల్లో ప్రవేశం లేని మహిళలు, గాంధీజీ ప్రభావానికి- ఎంతగానోలోనై రాజకీయాల్లోకి వచ్చారు. ఇందులో ముఖ్యులు దువ్వూరిసుబ్బమ్మ- పి. కనకమ్మ- ఉన్నవలక్ష్మీభాయమ్మ మంచివ్యక్తులు క్రియాశీల కాంగ్రెస్ కార్యకర్తలు.

1921లో విజయవాడలో మహాత్మాజీని కలిసిన దుగ్గిరాల-చీరాల-పేరాల పన్నుల నిరాకరణోద్యమం ప్రారంభించ-సిద్ధపడగలనని ప్రకటించినారు. గాంధీజీ కూడా చీరాల వచ్చి పన్నులు చెల్లించవద్దని ప్రజలకు చెప్పారు. ఈ ఉద్యము తీవ్రతరమైనది దుగ్గిరాల ''రామదండు''ను ఏర్పరచారు-పన్నులబాధనుండి తప్పించుకోవటానికి చీరాల-పేరాల ప్రజలు పట్టణం సరిహద్దుల్ని దాట **15,326** మంది జనాభాలో **13,572** మంది ప్రజలు వచ్చి -''రామనగర్''. అనేచోట మకాంవేసుకొని స్థిరపడినారు-**1921**లో ప్రభుత్వం దుగ్గిరాలను అరిష్టు చేయగ- మరల ప్రజలందరు- తమనివాసాలకు తరలి వచ్చారు. కారణం వెంకటప్పయ్య- పట్టాభి ఈ ఉద్యమమునకు చేయూతనందించలేదు.

1921లో జరిగిన కాంగ్రెస్ మహాసభకు **14,852** మంది హాజరైనారు ముస్లింలు, **2000** మంది స్త్రీలు, **2000**మంది పురుషులు హాజరైనారు- ఈ

సభలోనే రౌలత్ చట్టాన్ని జలియన్‌వాలాబాగ్ దురంతాన్ని ఖండిస్తూ తీర్మానించారు. **1922** ఫిబ్రవరి **12**న బర్డోలిలో కాంగ్రెస్ కమిటీ సమావేశమై సహాయనిరాకరణోద్యమమును ముగిస్తూ ఒక తీర్మానం ఆమోదించపడింది.

1922-23లో దేశంలో గల అనేక రాష్ట్రాలతోపాటు- ఆంధ్రలో పట్టాభి సీతారామయ్య -ప్రకాశంగారు -రంగాజీ ప్రముఖ నాయకులుగ నియమితులయ్యారు. **1922-23**లో బ్రిటీష్ సామ్రాజ్యాన్ని గడగడ లాడించిన మన్యం వీరుడు- అల్లూరి స్వరాజ్య ఉద్యమానికి మంచి ఊపునిచ్చారు. **1922-23**లో ఏర్పడిన మితవాద వర్గం ఢిల్లీ ఇంపీరియల్ లెజిస్లేటివ్ కౌన్సిలో ప్రవేశించి పరిపాలనలో భాగస్వామ్యం అందితేనే మంచిదని భావించారు. **1922** నుండి **24** వరకు ఆంధ్రాలో అల్లూరి సీతారామరాజు- విశాఖ, తూర్పుగోదావరి గిరిజన ప్రాంతాలలో గిరిజన పోరాటాన్ని నడిపారు. అయితే ఈ ఉద్యమం కాంగ్రెస్ ఆదేశానికి అనుమతికిలోబడినది కాదు.

1923లో ఢిల్లీ ఇంఫీరియల్ లెజిస్లేటివ్ కౌన్సిల్ బడ్జెట్ చర్చలో- ఉప్పు పన్ను హెచ్చిస్తే కాంగ్రెస్ ప్రతినిధులు దీనిని తిరస్కరించారు.

1926లో అధినీవేశ ప్రతిపత్తి కావాలన్న జాతీయకాంగ్రెస్‌పార్టీ **1926**లో భారతీయులకు సంపూర్ణ స్వరాజ్యం కావాలని నాగపూర్‌లో తీర్మానం చేసింది.

1927లో నవంబర్ **8**వతేదీన బ్రిటిష్ ప్రభుత్వం ''సైమన్'' అధ్యక్షతన-సైమన్ కమీషన్ వేసింది **1919** సంస్కరణల ఫలితాలపై సైమన్ కమీషన్ నివేదిక ఇమ్మని ప్రభుత్వం కోరింది. ఆ కమీషన్‌లో ఇండియన్స్ ఎవరూ లేనందున అందరూ సైమన్‌కమీషన్‌ను ఎదిరించారు. అయితే బరహంపూర్-జలియన్‌ల సమ్మేళనలు ఈ కమీషన్‌ను స్వాగతించారు. తత్ఫలితమే ఒరిస్సా రాష్ట్రమేర్పడింది. **1927**లో సైమన్‌కమీషన్ నవంబర్ **8**వ తేదీన ఇండియాలో పర్యటించింది. సైమన్‌కమీషన్ గో బ్యాక్ అని భారతీయులు ఉద్యమించారు. ఈ కమీషన్ ఎదురించిన ఫలితంగానే టంగుటూరికి ఆంధ్రకేసరి బిరుదు లభించినది. ఈకమీషన్ రిపోర్టు ప్రాతిపదికగా ఒరిస్సారాష్ట్రం ఏర్పడింది. ఆంధ్రలో ఉన్న గంజాం జిల్లా ఒరిస్సాలో కలిసిపోయింది. **1927**లో ఉమ్మడి

రాష్ట్రానికి ముఖ్యమంత్రిగ జస్టిస్ పార్టీ తరపున బొబ్బిలిమహారాజు ప్రీమియర్‌గా పనిచేసారు.

1928 ఫిబ్రవరి**26**వ తేదీన సైమన్‌కమీషన్ మద్రాస్ వచ్చింది. ఆంధ్ర ప్రాంతీయ కాంగ్రెస్ కమిటీ-నిషేధాల్ని దిక్కరించ సిద్ధపడింది. మద్రాస్ పట్టణంలో సంపూర్ణహర్తాలను పాటించారు. పోలీస్‌ఫైరింగ్ జరిగింది. చనిపోయిన తన సహచర కామ్రేడ్‌ను చూచుటకు టంగుటూరి రాగ, పోలీసులు అడ్డుకున్నారు. అయిన టంగుటూరి ముందుకురికి - దమ్ముంటే కాల్చుమని తనరొమ్మునిచ్చి నిలచారు - పోలీసులు వెనుకంజవేసారు- తదుపరి ఈ చర్యవలనే టంగుటూరి ఆంధ్రకేసరిగా పిలవబడినారు.

1929లో అఖిలభారత కాంగ్రెస్ మహాసభకు జవహర్‌లాల్ నెహ్రూ అధ్యక్షత వహించారు జవహర్‌లాల్‌నెహ్రూ తన **40**వ ఏట అఖిలభారత కాంగ్రెస్‌కు అధ్యక్షుడు కాగలిగారు. **1930** మార్చి **12**వ తేదీన **78**మంది సహచరులను వెంటబెట్టుకొని తన సబర్మతి ఆశ్రమం నుండి బయలుదేరి దండి అను గ్రామం వద్ద ఉప్పు సత్యాగ్రహంలో పాల్గొన్నారు మహాత్మాగాంధీజీ.

1930 ఏప్రిల్ **6**వతేదీన పూజ్యబాపూజీ సబర్మతి ఆశ్రమంలో **6-30**గం.లకు సత్యాగ్రహంతో దండయాత్ర ప్రారంభించారు. **13-4-1930** వరకు సత్యాగ్రహం కొనసాగాలని దేశప్రజలకు పిలుపునిచ్చారు.

1930 ఏప్రిల్ **6**వతేదీన గాంధీజీ దండి సత్యాగ్రహ ఉద్యమం ప్రారంభించారు. ఉప్పుసత్యాగ్రహముగ ఇదే పేరు పడిసినది. కాంగ్రెస్ కమిటీ వెంకటప్పయ్యను- సత్యాగ్రహం సాధనకు- మార్గ దర్శకునిగ నియమించారు. ప్రతి జిల్లాలో శిబిరాలు ఏర్పడ్డాయి. ఉప్పుసత్యాగ్రహం సహాయ నిరాకరణోద్యమం - మద్రాస్ నగరంలో పాల్గొనిన కాంగ్రెస్ నాయకులు కె. నాగేశ్వరరావుV.I.శాస్త్రి దుర్గాభాయ్‌దేశ్‌ముఖ్- గాడెరంగయ్యనాయుడు- టీ ప్రకాశం పంతులు ఉప్పుసత్యాగ్రహంలో స్త్రీలు హెచ్చుగా పాల్గొన్నారు. శ్రీమతి భారతదేవి- రంగా- వల్లభనేని సీతామహాలక్ష్మమ్మ- డి. జానకమ్మ - కంభంపాటి- మాణిక్యమ్మ చెప్పుకోదగిన మహిళాకాంగ్రెస్ నాయకీయమణులు.

1930 నవంబర్‌లో లండన్‌లో ప్రథమ రౌండుటేబుల్ సమావేశం జరిగింది. కాంగ్రెస్ పార్టీ సమావేశాన్ని బహిష్కరించింది. సహాయనిరాకరణోద్యమం గాంధీజీ 1930 ఏప్రిల్ న ప్రారంభించారు. ఒరిస్సా రాష్ట్రం-సింధూరాష్ట్రాలుగ ఏర్పడటానికి ఈ సమావేశం అంగీకరించింది. బ్రిటీష్ వారు భారతీయుల్ని హిందువులగ ముస్లిములుగ-దళితులుగ-విభజించ పాలించ సిద్ధపడ్డారు-హిందువుల తరపున గాంధీ-ముస్లీంల తరపున జిన్నా -దళితుల తరపున డా.అంబేద్కర్ హాజరై చర్యల్ని కొనసాగించటానికి ఆహ్వానించారు.

1930 జనవరి 31వ తేదీన గాంధీజీ సహాయనిరాకరణోద్యమం- ప్రారంభం మధ్యపాన నిషేధచట్టం చేయాలని భూమిశిస్తులు-తగ్గించాలని ఉప్పుపన్ను తొలగించాలని -స్వదేశీయ పరిశ్రమలకు రక్షణ కల్పించాలని హత్యలు చేయని రాజకీయనాయకులను జైలునుండి విడిపించాలని బ్రిటీష్ సామ్రాజ్యానికి గాంధీజీలేఖ ద్వారా తెలిపారు.

1930 నుండి శిస్తులు నగదు రూపంలో చెల్లించువిధానం అమలులోకి వచ్చింది. భూములకు రీసర్వేసెటిల్‌మెంట్ జరిగింది. పన్నులకు జమీందార్లు రైతులను హింసించేవారు- 1930వరకు బ్రిటీష్ ఇండియాలో బర్మా ఒక రాష్ట్రంగా ఉండేది. 1935 చట్టంతో ఇది వేరుపడినది ఒకదేశమైనది.

1931 మార్చి 23 తేదీన భగత్‌సింగ్-రాజ్‌గురు-సుఖ్‌దేవ్‌లను ఉరితీసారు. దేశంలో విప్లవశక్తులు విజృంభించాయి. మహాత్మాగాంధీ రెండవరౌండ్‌టేబుల్ సమావేశానికి వెళ్లకతప్పలేదు. ఆనాడు గాంధీజీ ఒక అపురూప వ్యక్తిగ కనబడేవారు. అరుదైన వస్త్రధారణ-అంగవస్త్రం-శరీరం కప్పుకోవటానికి ఒక దుప్పటి సామాన్యమైన చేతికర్ర అరిగిపోయిన కాళ్లచెప్పులు-దారాలతో కట్టబడిన కళ్లద్దాలు నడుము దగ్గర బిగించిన వాచీ-తెల్లదొరలు గాంధీజీని చూచి నివ్వెరపోయారట.

1931 సెప్టెంబర్ 7వ తేదీన రెండవ రౌండ్‌టేబుల్ సమావేశం జరిగింది. గాంధీజీ హాజరైనారు-లండన్‌వెళ్లేలోగా గాంధీజీని కలిసిన పట్టాభి అయ్యదేవర కాళ్వేరరావులకు గాంధీజీ స్వరాజ్యానంతరం - ఆంధ్రరాష్ట్రం ఏర్పడగలది అని

మాట ఇచ్చారు. వి.వి. గిరి- ఎ.పి. పాత్రో- నూతనంగా నెలకొల్పగల రాష్ట్రాలలో ''ఆంధ్ర'' కూడ ఉండాలని విజ్ఞప్తునందించారు.

1931 నవంబర్ **12**వ తేదీన లండన్‌లో మొదటి రౌండ్‌టేబుల్ సమావేశం జరిగింది. ఆ సమయానికి కాంగ్రెస్ నాయకులంతా జైలులో ఉన్నందున సమావేశానికి హాజరకాలేదు ఈ సమావేశానికి- మహారాజులు- మితవాదులు- హిందూ-ముస్లిం- ప్రతినిధులు హాజరైనారు.

1931 జనవరి **20**వ తేదీన గాంధీ ఇర్విన్ ప్రభువు ఒప్పందం మేరకు గాంధీజీతో-సహా సత్యాగ్రహనాయకులను జైలునుండి విడిపించారు ఈ మేరకు గాంధీజీ ఇర్విన్ - ఒప్పందం జరిగింది. బ్రిటిష్‌వారి ద్వంద్వ వైఖరికి విసిగిన కొందరు స్వాతంత్ర్యపోరాటయోధులు సత్యాగ్రహం ద్వారా స్వరాజ్యసాధన సాగేపని కాదని- దౌర్జన్య పద్ధతిని అవలంభించారు.

1932లో రంగా, ప్రకాశం, పట్టాభి మొదలగు కాంగ్రెస్‌పార్టీదేశభక్తులు జైలో ఖైదీలుగాశిక్ష అనుభవించారు. కాంగ్రెస్ నాయకులు- దండునారాయణ రాజు అయ్యదేవర కామేశ్వరరావు- మాగంటి బాపినీడు- జమీన్‌రైతు- ఎడిటర్ వెంకట్రామినాయుడు-మొదలగు కాంగ్రెస్‌నాయకులు రైతోద్యమానికి పాటుపడ్డారు. **1932**లో గాంధీజీ శాసనోల్లంఘన ఉద్యమానికి దేశ ప్రజలకు పిలుపు నిచ్చారు. **1932** గాంధీజీ హరిజనయాత్రను ప్రారంభించి రాజకీయాలలో దీనిని ముడివేయక పోయిన ఇది రాజకీయాలలో ఒక భాగమై కూర్చుంది. హరిజన సమస్య అఖిలభారత సమస్య అయ్యింది.

1932లో ఆగష్టు **14**న బ్రిటిష్ ప్రధాని ''కమ్యూనల్ అవార్డు'' ప్రకటించారు. నిమ్నజాతులకు ప్రత్యేక నియోజకవర్గాలు ఏర్పాటుకు అవకాశం లభించింది. అంబేద్కర్-గాంధీజీ మధ్య ఒక ఒడంబడిక కుదిరింది. అదే ''పూనా ఒడంబడిక''- అగ్రవర్ణాలవారు నిమ్నజాతులను అస్పృశ్యతా దృష్టితో చూడరాదు. వీరిని ఉద్ధరించ ప్రభుత్వం ప్రత్యేక రక్షణలు తీసుకోవాలి.

1932లో ప్రొఫెషర్ N G. రంగా జైలునుండి విడుదలైన తదుపరి రైతోద్యమాన్ని ప్రారంభించారు. **1802** చట్టం మేరకు సంస్థానాధిపతులు-

జమీందారులు- మొకాసాదారులు, ఈనాందార్లు- సర్వీరీసెటిల్‌మెంట్ ఆపరేషన్ మేరకు శిస్తు-దస్తులను హెచ్చుగా బిగించారు. దీనిని ఎదిరించిన ఇందుకు ఉద్యమించ రైతురక్షణసంఘాలను ఏర్పరచారు. 1932కే కాంగ్రెస్ పార్టీలో వ్యక్తిగత ప్రాధాన్యతలు పెరిగిపోయాయి. పట్టుదలలు- పంతాలు పెరిగాయి.

1932 నవంబర్ రెండున రెండువ రౌండ్‌టేబుల్‌సమావేశం- నుండి మరలివచ్చిన తదుపరి జస్టిక్‌పార్టి మద్రాస్ ప్రిమియర్‌షిప్‌ను సాదించింది- మద్రాస్ శాసన మండలి- హరిసర్వోత్తమరావు ఆంధ్రరాష్ట్రం ఏర్పడాలని- తీర్మానం పెట్టారు. స్వరాజ్యానికి ముందే ఆంధ్ర ఏర్పడాలని బోదిస్తూ వచ్చిన బొబ్బిలిరాజా తదుపరి మాటుమార్చి భారతీయులుగా ఉండాలని తదుపరి ఆంధ్రులన్నారు. ఆంధ్రసభ్యులు పంతములో ఆంధ్రరాష్ట్ర నిర్మాణం జరగాలని తీర్మానించగ మద్రాసు శాసన మండలి ఆమోదించింది.

1932 జనవరి 15న బరహంపూర్‌లో పోలీసుకాల్పులు జరిగాయి. సత్యాగ్రహులెందరో చనిపోయారు.

1933మే దిన జైలునుండి విడుదలకాగానే గాంధీజీ 1933 జూలై 14న సత్యాగ్రహ ఉద్యమాన్ని ముగించారు. ప్రొఫెసర్ రంగా జీవితం- వామపక్ష పార్టీవాదిగ ప్రారంభం అయింది. ఆంధ్రాలో రైతోద్యమనిర్మాణంలో ముఖ్య పాత్రను పోషించారు. రైతు జనబాంధుడు రంగా శ్రీకాకుళం జిల్లా రైతాంగానికి నాయకులు తన ముఖ్య అనుచరులు పుల్లెల శ్యామసుందర్ గౌతులచ్చన్నలు జిల్లాలోగల జమీందారీల ఆటకట్టించడానికి వీరు ఇరువురు ఘనమైన పాత్రను నిర్వహించారు.

1933లో మూడవరౌండ్‌టేబుల్ సమావేశం జరిగింది. 1933నవంబర్ 7న ప్రతీరాష్ట్రంను జిల్లాస్దాయిలో రైతు రక్షణ యాత్రలను జరిపి రైతురక్షణ సంఘాలు ఏర్పడి- జిల్లా కలెక్టర్లుకు మహాజర్లు ఇమ్మని రంగాజీ పిలుపునిచ్చారు. ఉద్యమం తీవ్ర రూపం దాల్చింది. ఆంధ్రలోపుల్లెల శ్యామసుందర్- ఆ తదుపరి సర్దార్ గౌతులచ్చన్న రంగాజీ అనుచరులుగ రైతోద్యమంలో ప్రధాన భూమికలను పోషించారు.

1933 డిశంబర్ **24**వ తేదీన గాంధీజీ అవి భక్తమద్రాస్ రాష్ట్రమున పర్యటించారు. హరిజనోద్యమం ఒకవైపు- కిసాన్ ఉద్యమం- మరోవైపు- భారతజాతీయోద్యమంలో ప్రధానఘట్టాలలో నిలచాయి. ఆంధ్రరాష్ట్ర కాంగ్రెస్ నాయకులు వీరరాఘవ స్వామి- కళావెంకట్రావు టంగుటూరి- నడిమిపల్లి సుబ్బరాజు- గాంధీజీకి స్వాగతం పలికారు దుగ్గిరాల - కొండా వెంకటప్పయ్య- చెక్కిన వెంకటరత్నం- దుర్గాబాయి-తెన్నేటి విశ్వనాధం- ఆనాటి కాంగ్రెస్ పార్టీ అతిరధమహారధులు.

1934 జూన్‌లో ప్రొఫెసర్ N.G. రంగా అధ్యక్షతన విజయవాడలో కాంగ్రెస్ సోషలిష్టపార్టీకి ఆంధ్ర విభాగము స్థాపించబడినది. మద్దూరి అన్నపూర్ణయ్య కార్యదర్శి - అల్లూరి సత్యనారాయణ రాజు- క్రొవ్విడలింగరాజు పుచ్చలపల్లి సందరయ్య చంద్ర రాజేశ్వరరావు- ఇతర ముఖ్యమైన నాయకులు తదుపరి పుచ్చలపల్లి సుందరయ్య చంద్ర రాజేశ్వరరావు-కమ్యూనిష్టుపార్టీలో చేరిపోయారు.

1934లో N.G. రంగా వేసవి రాజకీయ పాఠశాలలు తెరచి మాకినేని బసవపున్నయ్య- కందుల ఓబుల్‌రెడ్డి -పెద్దిరెడ్డి - తిమ్మారెడ్డి సర్దార్‌గౌతులచ్చన్న వంటి రాజకీయ సుశిక్షితులను తయారుచేసారు.

1934లో జయప్రకాశ్ నారాయణ విశాఖలో జరిగిన ఆంధ్ర రాజకీయ మహాసభకు విచ్చేసారు -కంబంపాటి సత్యనారాయణ-జొన్నలగడ్డ- రామలింగయ్య- రంగా-గోపాలరెడ్డిగారు ఈ సమావేశానికి హాజరయ్యారు.

1934లో నెహ్రూజీ తండ్రి మోతీలాల్‌నెహ్రూ-సి. ఆర్- దాస్- స్వరాజ్య పార్టీని స్థాపించారు దీనిలో దేశస్థాయిలో సిద్ధాంత విభేదాలు- పొడచూపి- అతివాద-మితవాద పార్టీలు ఏర్పడ్డాయి. దేశంలో అనాడు ఉన్న రాష్ట్రాలు తొమ్మిది-తమిళనాడు కాంగ్రెస్‌లో రాజగోపాలాచారి-సత్యమూర్తి గారి వర్గం - ఆంధ్రకాంగ్రెస్‌లో పట్టాభిసీతారామయ్య వర్గం రంగాగారి వర్గం- ప్రకాశం గారి వర్గాలు ఏర్పడ్డాయి.

1934లో కాంగ్రెస్ పార్టీనుండి జయప్రకాశ్ నారాయణణ్- అచ్యుత పట్వర్ధన్- రామ్ మనోహర్‌లోహ్యా - పట్టందాను పిళ్లై - ఆచార్య నరేంద్ర దీట్ విడివడిగ కాంగ్రెస్ పార్టీలో ''సోషలిష్టుఫారం''లు ఏర్పరిచారు-1934లో బాబూ రాజేంద్రప్రసాద్- కాంగ్రెస్ అధ్యక్ష పదవిని చేపట్టారు.

1935లో ఇండియన్ యాక్ట్(Indian Act) అనేది ప్రకటించబడింది. మితవాదులకు ఇదినచ్చిన అతివాదులకు ఈ చట్టం ఆకట్టుకో లేకపోయింది.

1936లో రాష్ట్రాలలో కాంగ్రెస్‌పార్టీ పరిమిత ఓటింగ్ ద్వారా- ప్రజలనుండి ఎన్నుకోబడి ప్రభుత్వాలను బ్రిటీష్‌వారి అదుపు ఆజ్ఞలను లోబడి 1935 చట్టం మేరకు పాలనలు కొనసాగించాయి. 1936 నుండి రామమనోహర్ వోహియా- నెహ్రూ ఇరువురి మధ్య విభేదాలు బాగాపుంజుకున్నాయి. 1936లో కేంద్ర రాష్ట్రాలలో జరిగిన ఎన్నికల్లో జస్టీస్‌పార్టీని ఓడించి కాంగ్రెస్‌పార్టీ గెలుపొందింది. మద్రాస్ రాష్ట్రంలో మంత్రివర్గాన్ని కాంగ్రెస్ ఏర్పరచింది.

1936లో ఆంధ్రకమ్యూనిష్టుశాఖ ఏర్పడినది. 1936లో లక్నో కాంగ్రెస్ మహాసభ సమావేశానికి ఆంధ్రనుండి గౌతులచ్చన్న సుందరయ్య- సత్యనారాయణ రాజు- మద్దూరు అన్నపూర్ణయ్య హాజరయ్యారు. 1936లో ఆంధ్రకాంగ్రెస్ అధ్యక్ష పదవికి పట్టాభి- రంగా పోటీచేయగా రంగా ఓడిపోయారు పట్టాభి అధ్యక్ష పదవిని చేపట్టారు.

1937ఎన్నికలో కాంగ్రెస్ ఘనవిజయం సాధించింది.C రాజగోపాలాచారి నాయకత్వం వహించారు. 1935లోC రాజగోపాలాచారి తన రాజకీయాల్ని విరమించుకోవటానికి ప్రకటించిన హైకమాండ్ అందుకు అంగీకరించలేదు- ప్రకాశ- మద్రాస్- ప్రీమియర్ అయే అవకాశాన్ని కోల్పోయారు.

1937 నవంబర్ 16వ తేదీన సర్కార్ ప్రాంతం- మరియు రాయలసీమ శ్రీభాగ్ ఒడంబడిను రూపొందించుకున్నవి. ఆంధ్ర ఏర్పడిన రాయలసీమకు కొన్ని రక్షణలనిచ్చారు. 1938 సెప్టెంబర్ 9వ తేదీన హైదరాబాద్‌లో కాంగ్రెస్ జనరల్ బాడేసమావేశం జరిగింది. సత్యాగ్రహసమరంలో పాల్గొనటానికి తీర్మానించారు. 1938 జనవరి 29వ తేదీన హైదరాబాద్ స్టేట్ కాంగ్రెస్

ఏర్పడటానికి నిర్ణయం జరిగింది. ప్రాంతీయకమిటీ- శ్రీ.బుర్గుల రామకృష్ణ రామినారాయణరెడ్డి- రామకృష్ణులతో ఏర్పడినది. హైదరాబాద్ కాంగ్రెస్ పార్టీ నిర్మాణానికి ఊపిరినిచ్చింది-''స్వామిదయానందతీర్థ''.

1938లో జరిగిన త్రిపుర కాంగ్రెస్ సమావేశానికి సుభాష్‌చంద్రబోస్ అధ్యక్షతవహించారు ఈ సమావేశంలోనే -నెహ్రూకి-బోస్‌కి రాజకీయ అభిప్రాయ బేధాలు ఏర్పడ్డాయి. త్రిపుర కాంగ్రెస్ సమావేశంలో హైకమాండ్ వద్దన్న-కాంగ్రెస్ అధ్యక్షునిగ పోటీచేసి-''బోసు''అధ్యక్షునిగ గెలుపొందారు. సత్ఫలితమే 1939 ఆగష్టు నెలలో కాంగ్రెస్ వర్కింగ్ కమిటీ మూడేండ్లు పార్టీపదవులకు బోస్ అనర్హుడని తీర్మానించింది.1938లో జమీందారీ ఎబోలీషన్ ఎంక్వయిరీ కమీషన్‌ను రాష్ట్రప్రభుత్వం వేసింది. విశాఖజిల్లా గొట్టిపాటి బుచ్చిప్పారావు (జి.బి. ఆర్) జమీందారి విధానాన్ని రద్దుపరచ కృషి చేసిన వారిలో అగ్రగణ్యులు.

1939లో జమీందారీలను రద్దుపరచాలని కమిటీ నివేదిక ఇచ్చింది. అప్పటికే ఆచార్య రంగా ఆలిండియా కిసాన్ మహాసభ వ్యవస్థాపకునిగ దేశస్థాయిలో రైతోద్యమాన్ని నడుపుతున్నారు. హజపూర్ కాంగ్రెస్ త్రిపుర కాంగ్రెస్, ఫైజ్‌పూర్ కాంగ్రెస్ మహాసభలు దేశరాజకీయాల్లో పెనుమార్పులు తెచ్చి పెట్టాయి. అతివాదులు మితవాదులు కాంగ్రెస్‌పార్టీలో బాహాటంగా తమతమ సిద్ధాంతాల్ని ప్రకటించాయి. అతివాది సుభాష్‌బోస్- మితవాది సి. ఆర్- చక్రవర్తి- అతివాద మితవాద సమన్వయకర్త నెహ్రూజీ ఇందుకు మధ్యవర్తిగ వ్యవహరించిన వ్యక్తి మహాత్మాగాంధీజీ అనిన అతిశయోక్తికాదేమో!

1938లో జస్టిస్ పార్టీకి కాంగ్రెస్‌పార్టీకి తీవ్రమైన- ఎన్నికలపోటీ జరిగింది -జస్టిస్ పార్టీ ఓటమిని పొందటం-కాంగ్రెస్‌పార్టీ గెలవడం జరిగింది ఈ ఎన్నికల ప్రచారానికి జవహర్‌లాల్‌నెహ్రూ- ఉత్తరాంధ్రకు రావడం-చెప్పుకోదగిన విశేషం- ఈ ఎన్నికలలో- కాంగ్రెస్‌పార్టీ ఏడురాష్ట్రాలలో విజమందగ-అందులో మనరాష్ట్రమొకటి అదే అప్పటి ఉమ్మడి మద్రాస్‌రాష్ట్రం.1939లో రెండవ ప్రపంచయుద్ధం ప్రారంభమైనది ఇందుకు కాంగ్రెస్‌పార్టీ ''హైకమాండ్'' తన

అయిష్టతను ప్రకటించి రాష్ట్రాలలో ఉన్న కాంగ్రెస్‌పార్టీ ప్రభుత్వాలను వెంటనే రాజీనామా ఇమ్మనికోరింది.

1939లో కాంగ్రెస్ మంత్రివర్గాలు రాష్ట్రాలలో రాజీనామాల్ని చేసాయి. **1941-42**లో మిత్రమండలి పరిస్థితి ప్రపంచ యుద్ధంలో అనుకూలంగాలేదు. ఇండియన్స్ సహకారం కావాలన్న కోరికతో - బ్రిటిష్ గవర్నమెంట్ క్రిప్సన్ అంపి మనదేశంలో గల వివిధ రాజకీయ పక్షాలతో మంతనాల్ని జడిపించింది. అయినను మంతనాలు విజయవంతం కాలేదు- జపాన్ ఇండియా సరిహద్దుల్ని దాటి వస్తున్న యుద్ధసమయం ''క్రిప్స్‌మిషన'' విఫలమయింది.

1939లోనే హైదరాబాద్ సంస్థానంలో కమ్యూనిష్టు పార్టీ- రూపందాల్చింది. కమ్యూనిష్టు లీడర్ రాజేశ్వరరావు- భువన గిరిలో జరిగిన ఆంధ్ర మహాసభకు హాజరై తెలంగాణారైతుపోరాటాన్ని నడిపించారు.

1939లో బోసు గాంధీజీకి ఎదురు తిరిగి కాంగ్రెస్ అధ్యక్షపీఠాన్ని అలంకరించిన దేశభక్తుడు తనతో పోటీచేసి ఓడిపోయిన డా.పట్టాభిసీతారామయ్యా ఓటమి- తన ఓటమి అని గాంధీజి ప్రకటించినదే తడువు అధ్యక్షపీఠాన్ని త్యజించి- మారువేషంలో ఆఫ్ఘనిస్తాన్ నుండి జర్మనీచేరి హిట్లరతో చేయి కలిపారు సుబాష్‌చంద్రబోస్ స్వరాజ్య సాధన తనధ్యేయమని ప్రకటించారు.

1942 ఆగష్టున - అఖిల భారత కాంగ్రెస్ కమిటీ బొంబాయిలో సమావేశమై చరిత్రాత్మకమైన క్విట్ ఇండియాతీర్మానాన్ని ఆమోదించింది. ఇందుకు ప్రభుత్వం గాంధీజీని ఇతర కాంగ్రెస్ వర్కింగ్ కమిటీ సభ్యులనెల్లరిని జైళ్లలో బంధించింది. దేశం నలుమూలలు తీవ్ర నిరసనలు చెలరేగాయి- కోస్తా ఆంధ్రాలో తెనాలి- గుంటూరు భీమవరంలో పోలిసులు కాల్పులు జరిపారు తెల్లదొరలు ఇండియా నుండి వెంటనే పై దొలగాలని ఉద్ఘాటించారు. దేశమంతటా జాతీయోద్యమం స్వాతంత్ర్య పోరాటం- ఫెనుతుఫానులా లేచింది. **1942** క్విట్ ఇండియా ఉద్యమం బ్రిటిష్ రాజరిక పునాదుల్ని పెకలింపజేసింది. అసంఖ్యాక దేశభక్తులు ఉరికంబాలనెక్కారు - జైల్లలో మ్రగ్గారు అసవుల్నిబాసారు.

1943లో భారతీయుల్ని జైళ్లలో పెట్టి బంధించారు- అనేక మందిని ఉరితీసారు- ఇంకా ఎంతమందినో కఠిన శిక్షలకు గురిచేసారు. ఉద్యమాన్ని ఆపటానికి శతవిధాల బ్రిటిషరాచరికం కృషిచేసింది. **1943**లో వివిధ జైళ్లలో శిక్షఅనుభవించిన ఆంధ్రకాంగ్రెస్ నాయకులు - గోపాలరెడ్డి భూపతిరాజు - రంగా పట్టాభి- తెన్నేటి - టంగుటూరి- గౌతులచ్చన్న కళావెంకట్రావు- మద్దూరు- అల్లూరి సత్యనారాయణ - కె. అంజయ్య- గొల్లపూడి సీతారం- గొట్టిపాటి బ్రహ్మయ్య- బ్రహ్మానందరెడ్డి- చంద్రమౌళి- రామస్వామిచౌదరి- ఇంకను ఎంతోమంది కాంగ్రెస్‌నేతలు జైలుశిక్షల్ని అనుభవించారు.

1945 అక్టోబర్‌లో ''గాంధీజీ వేవెల్'' సంభాషణలు జరిగాయి దేశంలో వామపక్ష సమైక్యవాదలను జైలునుండి విడుదలచేయ ప్రారంభించారు- **1885**లో ఏర్పడిన జాతీయ కాంగ్రెస్ సిద్ధాంత ప్రాతిపదిక **1934** వరకు వచ్చింది . కాంగ్రెస్‌పార్టీలోగల మోతీలాల్‌నెహ్రూ- సి. ఆర్. దాస్- లజపతిరాయ్ ప్రభృతులు మిదవాదులు ఈ పార్టీకి సారధులు తిలక్- అతివాది- గోఖులే మితవాది- గాంధీజీది మధ్యేమార్గం **1945**లో రాష్ట్ర అసెంబ్లీలకు ఎన్నికలు జరగగలవని ఆనాటి ప్రభుత్వం ప్రకటించింది.

1945లో పరదేశాల్లో ఉంటూనే బోస్ ఇండియన్‌నేషనల్ ఆర్మీని ఏర్పాటు చేసారు. దీనినే అజాద్‌హిందూఫౌజ్ అంటారు. బోసు జర్మనీనుండి జపాన్ చేరుకొని ప్రవాస ప్రభుత్వాన్ని ఏర్పాటుచేసారు. ఢిల్లీవైపు అజాద్ హిందూఫౌను నడిపించడానికి '' ఇంఫాల్'' చేరుకొన్నారు. **1945** అక్టోబర్**21**వతేదీన రెండవ ప్రపంచయుద్ధం- ముగిసింది. ఇదే సమయాన అఖిల భారత జాతీయ ట్రేడ్‌యూనియన్ భారత్‌లో ఏర్పడింది.

1946లో కేబినేట్ మిషన్ ప్లాను ప్రకారం- రాజ్యాంగ సభకు ఎన్నికలు జరిగాయి జాతీయ ఆపద్ధర్మ ప్రభుత్వం ఢిల్లీలో నెహ్రూ ప్రధానమంత్రిగా ఏర్పడింది. రాష్ట్రాల్లో కాంగ్రెస్ తన మంత్రి వర్గాల్ని నేర్పరచింది. **1946**లో కాంగ్రెస్‌పార్టీ హైకమాండ్‌ను ధిక్కరించి టంగుటూరి ప్రకాశం మంత్రివర్గాన్ని ఉమ్మడి మద్రాస్‌లో ఏర్పరచారు. రాయలసీమ నుండి తన మంత్రివర్గంలోకి కోటిరెడ్డిని తీసుకొన్నారు.

1946లో ఆంధ్రరాష్ట్ర కాంగ్రెస్‌కు అనుకూల పరిస్థితులు ప్రకాశంగారు మద్రాసు ప్రీమియర్‌గ మంత్రివర్గం- ఏర్పరచిన తదుపరి- ఆంధ్రకాంగ్రెస్ పార్టీకి సంవత్సర ఎన్నికలు జరిగాయి రంగా సంజీవరెడ్డిగారి మధ్యపోటీ జరిగింది తెన్నేటి లచ్చన్న- విశ్వనాధం- కొవ్విడి లింగరాజు - వన్నెలకంటి రాఘవయ్య -రంగాగారిన సమర్ధించారు కళావెంకట్రావు- గొట్టిపాటి బ్రహ్మయ్య సంజీవరెడ్డిని బలపరచారు. ఆనాటి కాంగ్రెస్‌లో సుందరయ్య- సత్యనారాయణ.రాజు- మద్దూరు అన్నపూర్ణయ్య- అతివాదులుగ పేరుపడి రంగా వర్గీయులగ భావించబడ్డారు.

1946లో ఆంధ్రరాష్ట్ర కాంగ్రెస్ అధ్యక్షులుగ ఎన్నుకోబడి 1951 వరకు తన పదవీ బాధ్యతలు నిర్వహిస్తూవచ్చారు. రంగాజీ అధ్యక్షపీఠం అలంకరించిన వెంటనే కొన్ని కార్యక్రమాలు తీసుకొన్నారు. ఆంధ్రరాష్ట్ర కాంగ్రెస్ వర్గం- ఈక్రింది వాటిని ఏర్పరస్తూ- తీర్మానించింది. యువజన కాంగ్రెస్- కిసాన్ కాంగ్రెస్-కార్మిక కాంగ్రెస్- విధ్యార్థి కాంగ్రెస్- మహిళా కాంగ్రెస్ - సాంస్కృతిక అర్గనైజేషన్- కాంగ్రెస్ ట్రేడ్‌యూనియన్ కాంగ్రెస్ సేవాదళం -1946లో కాంగ్రెస్ తన ఎన్నికల ప్రణాళికలో భాషా-సంస్కృతి-పరిధి మేరకు - రాష్ట్రాల ఏర్పాటు- అవసరమని ప్రకటించింది. 1947లో ప్రకాశం - ఉమ్మడి మద్రాసు రాష్ట్రం- ప్రీమియర్ ఆ తదుపరి ప్రకాశం- మంత్రివర్గం-పతనమయినది-1946లో కాంగ్రెస్ హైకమాండ్ ఆదేశాలను తన కాదన్నందుకు ఫలితమిది.

1947 ఆగష్టు 15వ తేదిన స్వతంత్ర భారత్ ఏర్పడింది. 1947లో ఉమ్మడి మద్రాస్ రాష్ట్రంలోగల ప్రకాశం మంత్రివర్గం పతనమైంది. 1947లో భారత దేశానికి స్వరాజ్యం సిద్ధించడం జాతీయకాంగ్రెస్‌నాయకులు ప్రప్రథమ ప్రధానిగ జవహర్‌లాల్ నెహ్రూ నియమించబడినారు. చక్రవర్తి రాజగోపాలాచారి గవర్నర్ జనరల్ -భారత రిపబ్లిక్ అవతరణ వరకు భారతదేశంలో భారతీయులచే 1935 చట్టం మేరకే పరిపాలన కొనసాగించ బడింది. రాజ్యాంగసభకు అధ్యక్షులు డా. రాజేంద్రప్రసాద్- ఈ కమిటీకి అధ్యక్షులు అంబేద్కర్ ఈతని అధ్యక్షతన ఏర్పడిన కమిటీ రెండ్లు ఏండ్లు దీర్ఘచర్యల ఫలితంగా మన రాజ్యాంగ పరిషత్ మన నేటి ఇండియన్ రాజ్యాంగం రూపొందింది. (Indian constitution)

1947 నవంబర్ **28**న ప్రధాని నెహ్రూ భాషాప్రయుక్త రాష్ట్రాల్ని ఏర్పరచటానికి సిద్ధాంతపరంగా అంగీకారం తెలిపారు. **1947**లో పట్టాభి వర్గం- తమిళ కాంగ్రెస్ నాయకులతో చేతులు కలిపి ప్రకాశం మంత్రివర్గ పతనానికి కారణమైనది.

1948లో జయప్రకాశ్‌నారాయణ కాంగ్రెస్ పార్టీ నుండి విడివిడి- కాంగ్రెస్ సోషలిష్టు ఫారంను ''సోషలిష్టు పార్టీగ'' మార్చారు. **1948**లో పట్టాభి సీతారామయ్య అఖిల భారత- కాంగ్రెస్ అధ్యక్షునిగ ఎన్నికయ్యారు. కళావెంకట్రావు తన అనుచరుడు ప్రకాశం మంత్రివర్గం పతనమయిన తదుపరి ఉమ్మడి మద్రాస్ రాష్ట్ర కాంగ్రెస్‌పార్టీ రామస్వామి రెడ్డి గారిని శాసనసభ సభ్యనాయకునిగ ఎన్నుకొన్నది.

1948 జూన్**17**న ధారకమీషన్ ఏర్పడినది. కేవలం భాషనే ప్రాతిపదిక తీసుకొని రాష్ట్రాలు ఏర్పడుట భావ్యంకాదని ఇతరవిషయాల్ని పరిగణలోనికి తీసికోవాలని చెప్పింది. **1948**లో ప్రకాశం-పట్టాభిసీతారామయ్య వర్గాలుగ కాంగ్రెస్ విడిపోయింది. **1946**లో ఎన్నికలలో కాంగ్రెస్‌పార్టీ తెలుగు జిల్లాల్లో గెలుపొందింది.

1949లో ఇందువలన J.V.P కమిటిది జవహర్-వల్లభాయ్ పట్టాభి భాషారాష్ట్రాల పునర్నిర్మాణాల్ని వాయిదా వేయాలి ''నివేదిక'' ఇచ్చారు. అయితే ఆంధ్ర రాష్ట్రము ఏర్పడటానికి అంగీకారం తెలిపారు.

1949 వరకు ఉమ్మడి మద్రాస్ రాష్ట్రంగO.P రామస్వామి రెడ్డియార్ మంత్రివర్గం ఏర్పాటుచేసారు-మద్రాస్ ప్రీమియర్‌గ పనిచేసారు-**1949**లోనే ఆంధ్రకాంగ్రెస్ అధ్యక్షపీఠానికి ఇరువురి మధ్యపోటీ జరిగింది. ఆ ఇవ్వురు-నీలం సంజీవరెడ్డి N G.రంగా ప్రకాశంవర్గం- రైతురంగాను-పట్టాభిసీతారామయ్య వర్గం-సంజీవరెడ్డిని బలపరచాయి. అత్యల్ప మెజార్టీతో రైతురంగా ఆంధ్రకాంగ్రెస్ అధ్యక్షుడు కాగలిగారు. పి. తిమ్మారెడ్డి ఉపాధ్యక్షుడు ఓబుల్‌రెడ్డి జనరల్‌సెక్రటరీ.

1949లో జమీందారీవిధానం రద్దు చట్టం వచ్చింది. **1920**లో మద్రాస్ రాష్ట్రమున ఇ.వి. రామస్వామినాయర్ కమ్యూనల్ గవర్నమెంట్ ఆర్డర్ అనేదొకటి

పుట్టింది. బి.సీలకు రిజర్వేషన్ అనేది మొదటిదిగ ఏర్పడింది ఇవి రామస్వామి నాయర్ వలనే అని చెప్పాలి. **1950** జనవరి **26**వతేదీన భారతందేశం సర్వస్వతంత్ర దేశంగ అవతరించింది. ప్రప్రదమ భారతరిపబ్లిక్ అధ్యకునిగ బాబూరాంజేంద్ర ప్రసాద్ పదవినదిష్టించారు. ప్రప్రథమం భారత రిపబ్లిక్ ప్రధాని- జవహర్‌లాల్‌నెహ్రూ. **1950** జనవరి **26**వ తేదీన నూతన భారత రాజ్యాంగం చట్టం అమలులోనికి వచ్చింది. నూతన చట్టంలో ''ప్రొవెన్సె''న్ లను ''స్టేట్స్'' లగ పిలివబడినవి. **1950** సెప్టెంబర్ **3**న ఆంధ్ర ప్రాంతం -కాంగ్రెస్‌ను రద్దుపరచారు. S.K. పాటిల్‌ను నియమించి ఆంధ్ర కాంగ్రెస్ కమిటికి ఎన్నికల్ని జరిపించారు.

1951 ఏప్రిల్ **1**న పట్టాభివర్గం తనను బలరచినందున సంజీవరెడ్డి రంగాను ఓడించేరు. సంజీవరెడ్డి కాంగ్రెస్ అధ్యకునిగ రావడమే తరువాయి ప్రకాశం రంగాజీ- కాంగ్రెస్ పార్టీని విడిచి వెళ్లారు.

1952 ఎన్నికల్లో కాంగ్రెస్‌పార్టీ పట్ల ఆంధ్రులు అసహనం ప్రదర్శించారు. **375** సీట్లుకు **152** సీట్లులోనే గెలిచింది కాంగ్రెస్. ఆంధ్రలో **140**సీట్లులో **43**సీట్లులోనే గెలుపొందినది. **164** మంది సభ్యులుగల U D F కు గవర్నర్ పిలవలేదు - C R.ను శాసనమండలిని నియమిస్తూ తననే మంత్రివర్గాన్ని ఏర్పరచమని హైకమాండ్ కోరింది.

1952లో ఉమ్మడి మద్రాస్ శాసనసభ ఎన్నికల్లో కాంగ్రెస్ అగ్రనాయకులు- ఓటమిని చవిచూసారు-మద్రాస్‌రాష్ట్రము నుండి విడివిడి ఆంధ్రరాష్ట్రం కావాలని- ఆంధ్రలు ఏనాటి నుండి కోరుతున్న **1952**లో ఆ ఉద్యమం - తీవ్రరూపం దాల్చింది. అప్పటి ఉమ్మడి మద్రాస్‌రాష్ట్ర ముఖ్యమంత్రి C R ఆంధ్రరాష్ట్రానికి అంగీకరించక పోవడంతో అమరజీవి పొట్టిశ్రీరాములు ఆత్మార్పణ చేసారు. ఆంధ్రప్రతినిధులు టంగుటూరి-తెన్నేటి- తిమ్మారెడ్డి- లచ్చన్న- ప్రతిపక్షాల ప్రముఖులు. శాసనసభలో ఆంధ్రరాష్ట్రం కావాలని వాదించారు. నెహ్రూజీ భాషా ప్రయుక్త రాష్ట్రాల పరిశీలనకై ఫజిలాలీ కమీషన్ ఏర్పాటు చేసారు. తత్ఫలితంగా కర్నూలు తాత్కాలిక ముఖ్యపట్టణమున ఆంధ్రరాష్ట్రం అక్టోబర్ 1వ తేదీన ఏర్పడింది.

1952లో సాధారణ ఎన్నికలు జరిగాయి- అప్పటికి ఆంధ్ర రాష్ట్రం ఏర్పడలేదు- ఉమ్మడి మద్రాసు రాష్ట్రంలోనే మనం ఉన్నాం- శాసనసభలో కాంగ్రెస్ మెజార్టీ సంపాదించలేదు. చివరకు ప్రకాశంపంతులుగారు కాంగ్రెస్‌ను ప్రతిఘటించి united democatic front ను ఏర్పరచి నాయకునిగ ఎన్నుకోబడతారు. ఇందులో కమ్యూనిష్టుపార్టీ ప్రజాపార్టీలు ఉన్నవి. ఉమ్మడి మద్రాసు రాష్ట్రంలో రాజాజీ మంత్రివర్గం ఏర్పడిన- తరువాత- ప్రత్యేక ఆంధ్ర ఉద్యమం ఉధృతమైనది- అమరుజీవి పొట్టిశ్రీరాములు- త్యాగంతో కేంద్రం- ఆంధ్ర రాష్ట్ర అవతరణను ప్రకటించింది. ఇందుకు- ఆస్తులవిభజనకు పార్టీషన్ కమిటీ వేశారు- కాంగ్రెస్‌పార్టీ తరపున సంజీవరెడ్డి -K.L P. తరుపున సర్ధార్‌గౌతులచ్చున్న ప్రజాపార్టీ తరపున- తెన్నేటి విశ్వనాధం గారు సభ్యులు.

1953 అక్టోబరు 1వ తేదీన ఆంధ్రరాష్ట్ర అవతరణ జరిగింది. ఆంధ్రకేసరి టంగుటూరి ప్రకాశం- రాష్ట్రం ముఖ్యమంత్రిగ నియమితులయ్యారు. ఉపముఖ్య మంత్రిగ నీలం సంజీవరెడ్డి.

1953లో ఆంధ్రకాంగ్రెస్ పార్టీకి సంజీవరెడ్డిగారు అధ్యక్షునిగ ఉన్నారు. అప్పటికి శాసనసభలో కాంగ్రెస్‌పార్టీకి- సంఖ్యాధిక్యతలేదు. ప్రజాపార్టీని రద్దుపరచి వచ్చిన టంగుటూరికి ముఖ్యమంత్రిపదవిని కట్టబెట్టారు. ప్రజాపార్టీ నుండి విడివడి- కాంగ్రెస్ పార్టీలో పంతులుగారు చేరిపోయారు. ఆంధ్ర కాంగ్రెస్‌కు ఆంధ్రరాష్ట్రంలో- మంత్రివర్గం ఏర్పరచడానికి బలం లేనందున- ప్రకాశం పంతులుగారిని ఐక్య కాంగ్రెస్ అభ్యర్థిగ- ఆంధ్రరాష్ట్ర ముఖ్యమంత్రిగ ప్రకటించారు. ఈ మంత్రి వర్గంలో ఉపముఖ్యమంత్రి నీలంసంజీవరెడ్డి కొద్ది కాలంలోనే మంత్రివర్గం పతనమయి నందున తిరిగి మధ్యంతర ఎన్నికలు జరిగాయి.

1955లో జనరల్ ఎన్నికలు జరిగాయి. ప్రకాశం ఒంగోలు నుండి గెలిచారు. ఐక్యరాజ్య కాంగ్రెస్‌పేరున- ఆంధ్రరాష్ట్రకాంగ్రెస్‌పార్టీ- మంత్రివర్గం ఏర్పడింది. బెజవాడ గోపాలరెడ్డిగారు- ముఖ్యమంత్రి ఈ మంత్రివర్గం **1956**వ సంవత్సరం చివరకు అనగా ఆంధ్రప్రదేశ్ ఏర్పడినంతవరకు కొనసాగింది. ఆంధ్రరాష్ట్రంలో

మంత్రివర్గం ఏర్పాటుకు రంగంసిద్ధమయినది. గోపాలరెడ్డి సంజీవరెడ్డి పోటీపడ్డారు. గోపాలరెడ్డి గారు -ముఖ్యమంత్రిగ పదవినందారు. కాంగ్రెస్‌పార్టీ నుండి సంజీవరెడ్డి - సంజీవయ్య గోపాలరెడ్డి -కల్లూరి చంద్రమౌళి- ప్రజాపార్టీ తరపున B V నాగేశ్వరరావుK L P. తరుపున N రామారావు-సర్దార్ గౌతులచ్చన్నలు మంత్రులుగ ఉంటారు.

1955 సెప్టెంబర్ **30**వ తేదీన ఫజలాలీ సంఘం- భాషాప్రయుక్త రాష్ట్రాలకు పచ్చజెండా ఊపింది.**1955**లో జరిగే ఎన్నికల్లో -హైదరాబాద్ రాష్ట్రంలోని **3/2** వంతుసభ్యులు- అంగీకరిస్తూ ఆంధ్రరాష్ట్రంలో తెలంగాణాను విలీనం చేసి- ఆంధ్రప్రదేశ్ ఏర్పాడలని కోరింది. అసరికి హైదరాబాద్- రాష్ట్రముఖ్యమంత్రి బూర్గుల రామకృష్ణారావు- ఆంధ్రప్రదేశ్ ఏర్పడాలని పెద్దమనుషుల ఒప్పందం- అవసరమని ప్రకటించారు. ఆంధ్రప్రజల తరుపున-గోపాలరెడ్డి సంజీవరెడ్డి సత్యనారాయణ- రాజు-సర్దార్‌గౌతులచ్చన్నలు ఉండగ తెలంగాణా ప్రజలనుండి బూర్గుల రామకృష్ణారావు -కళావెంకట్రావు మర్రిచెన్నారెడ్డి-జె.వి. నరసింగరావు ప్రబుద్ధులు ఇందులో ముఖ్యులు.

1956సం. నవంబర్ నెల **1**వ తేదీన ఆంధ్రప్రదేశ్ అవతరణ జరిగింది. ప్రథమ ముఖ్యమంత్రి నీలం సంజీవరెడ్డి **1950** ఫిబ్రవరి **20**న కాంగ్రెస్ సమావేశాన్ని ఢిల్లీలో ఏర్పాటుచేసింది. ఇరుప్రాంతాల నాయకుల్ని పిలచారు. ఆంధ్రతరుపున గోపాలరెడ్డి సర్దార్‌గౌతులచ్చన్న (ఆంధ్ర ప్రాంతం మాత్రాలు) వి.సత్యనారాయణ రాజు ఆంధ్రప్రదేశ్ కాంగ్రెస్ అధ్యక్షులు- తెలంగాణా తరుపున- బుర్గుల రామకృష్ణారావు (హైదరాబాద్ ముఖ్యమంత్రి) కె.వి. రంగారెడ్డి మర్రిచెన్నారెడ్డి- ప్రాతినిధ్యం వహించారు. పెద్దమనుషుల ఒప్పందం జరిగింది. (Gentlemen Agrement). **1956**లో సంజీవరెడ్డి -మంత్రివర్గం- నిర్మాణంలోనే కాంగ్రెస్‌లో అశాంతి వర్గం ఏర్పడింది. సంజీవరెడ్డిగారి ప్రప్రథమ ఆంధ్రప్రదేశ్ ముఖ్యమంత్రి కల్లూరి చంద్రమౌళికి గోపాలరావు ఎక్బోటేను-చెన్నారెడ్డికి- మంత్రివర్గం స్థానం లభించలేదు. **1957**లో జనరల్ ఎన్నికలు జరిగాయి. ఇందుకు భారత పార్లమెంట్ సవరణ తెచ్చి ఆంధ్రాలోగల శాసన సభ్యుల పదవీకాలాన్నీ **1962** వరకు పెంచారు.

1962 ఎన్నికల తదుపరి నీలం సంజీవరెడ్డిగారే- కాంగ్రెస్ పార్టీరథ సారథి -వీరే మంత్రివర్గాన్ని ఏర్పరచారు. వీరి మంత్రి వర్గంలో బ్రహ్మానందరెడ్డి - చెన్నారెడ్డి - P V రాజు - A C. సుబ్బారెడ్డి -P V నరసింహారావు - ఉండేవారు. ఈ ఎన్నికలలోకి -స్వతంత్ర్యపార్టీ తరపున విశాఖజిల్లా జామి నుండి స్వాతంత్ర్య సమరయోధులు గొఱ్ఱిపాటి బుచ్చప్పారావుM L.A గెలుపొందారు. రైతాంగానికి పెన్నిధి రాజసంస్థానాలకు ప్రక్కలో బల్లెం G B R

1962 కేంద్రరాష్ట్రాలలో కాంగ్రెస్ మంత్రివర్గాల్ని పునర్నిర్మించటానికి ఒక చక్కని పథకం ప్రవేశపెట్టబడింది. ''కామరాజు నాడార్'' పథకం మంత్రివర్గం అంతా రాజీనామాల్ని సమర్పించాలిముఖ్యమంత్రి తన ఇష్టం అభీష్టం మేరకు మంత్రివర్గాన్ని మరల నిర్మించుకోవాలి. **1963**లో నీలం సంజీవరెడ్డి రాష్ట్రముఖ్య మంత్రిగ ఉండేవారు. ఈ పథకంవలన నీలం సంజీవరెడ్డి కేంద్ర ఉక్కుగనుల శాఖామాత్యులు అయ్యారు. వీరి స్థానంలో రాష్ట్రముఖ్యమంత్రిగ సంజీవయ్య పదవిని అధిష్టించారు. హరిజనుడు రాష్ట్రముఖ్యమంత్రికాగలిగారు.

కాంగ్రెస్‌పార్టీ-స్వతంత్ర పార్టీ నిర్మాత- రాజాజీతో-సిద్ధాంత పరమైన సమరం సాగించింది. వ్యక్తిగత ఆస్తిహక్కు-స్వేచ్ఛా-స్వాతంత్ర్యం మిశ్రమ ఆర్థికవ్యవస్థ హరిస్తుందని స్వతంత్ర్యపార్టీ ప్రచారం చేయగ సమ సమాజం స్థాపన జరిగి తీరాలన్నదే కాంగ్రెస్ వారి ప్రచారం **1964** మే నెల **27**వ తేదీన నెహ్రూజీ అస్తమిస్తారు.

1967లో ఎన్నికలు జరుగుతాయి నీలం సంజీవరెడ్డి- కేంద్రం నుండి మరల రాష్ట్రానికి ముఖ్యమంత్రిగ ఎన్నుకోబడతారు. ఆనాటికి శ్రీమతి ఇందిర భారతదేశ ప్రధానిగా ఉండేవారు. **1967**లో నీలం వారు ముఖ్యమంత్రి పదవిని హైకోర్టు తీర్పు మేరకు త్యజిస్తారు. న్యాయస్థానం పవిత్రను కాపాడిన వ్యక్తిగ పేరొందినారు.

1967లో ఎన్నికల తదుపరి బ్రహ్మానందరెడ్డి - రాష్ట్ర ముఖ్యమంత్రిగ మంత్రి వర్గాన్ని ఏర్పరచారు. కాంగ్రెస్‌లో కలిసిపోయిన పెద్దిరెడ్డి తిమ్మారెడ్డికి మంత్రి పదవి లభించింది. **1964**లో మంత్రివర్గంలో రాష్ట్ర ఆర్థికమంత్రిగ పనిచేసిన చెన్నారెడ్డిగారికి ఈ మంత్రి వర్గంలో స్థానం ఇవ్వలేదు.

1969లో తెలంగాణా ఉద్యమం వ్యాపించింది. ఆనాటి ఆంధ్రప్రదేశ్ ముఖ్యమంత్రి- బ్రహ్మానందరెడ్డి . డా. మర్రిచెన్నారెడ్డి తెలంగాణా ప్రజాసమితిని స్థాపించి ఉద్యమించారు. బ్రహ్మానందరెడ్డి రాజీనామా చేయమన్నంత వరకు వెళ్లింది. ఉద్యమాన్ని చల్లార్చడానికి ఆనాటి విద్యా మంత్రి P V నరసింహారావుని రాష్ట్ర ఉపముఖ్యమంత్రిగ నియమించారు. ఈ మంత్రివర్గంలోనే పెందుర్తి నివాసి శ్రీ S R A S అప్పలనాయుడు M L A మినిష్టర్‌గ ఉండేవారు.

1969లో మంత్రివర్గ పునర్నిర్మాణం జరిగింది. జలగం వెంగళరావు- మంత్రివర్గంలో హూంశాఖ- మంత్రిగ ప్రవేశించారు. P.V. నరసింహారావు కేబినేట్ మంత్రిగ నియమబడ్డారు. K విజయభాస్కర్‌రెడ్డికి ఆర్థికశాఖ అప్పగించారు.

1969లో కాంగ్రెస్‌పార్టీ చీలిపోయి ఇందిరా కాంగ్రెస్- ఆర్గనైజేషన్ కాంగ్రెస్ అని పిలువబడుతుంది. ఇందిరాజీకి బాబూజగజ్జీవన్‌రావ్‌కు మద్దతు ఇస్తారు ఆనాటి మన రాష్ట్రముఖ్యమంత్రి- బ్రహ్మానందరెడ్డి- ఇందిరా కాంగ్రెస్‌ను బలపరుస్తారు సంజీవరెడ్డి కామరాజునాడార్- సిద్ధార్థ శంకరీ ఒక వర్గంగ ఏర్పడి- ఇందిరాగాంధీని ఎదిరిస్తారు. వీరిని సిండికేట్ వర్గంగ మీడియ పిలిచింది. వీరు అంతా నీజలింగ్ అధ్యక్షతన కాంగ్రెస్ S గ రూపొందుతారు. బాబూ జగజ్జీవనరావు బయటపడి కాంగ్రెస్ 'J' పార్టీగ రూపొందుతారు.

1971లో ముఖ్యమంత్రి బ్రహ్మానందరెడ్డి రాజీనామా చేయగ పి. వి. నరసింహరావు - తెలంగాణా ప్రాంతవాసి-**1971** సెప్టెంబర్ **25**వ తేదీన కాంగ్రెస్ లెజిస్లేటివ్ పార్టీనాయకునిగ ఎన్నుకోబడతారు. **1971** నుండి **1980** వరకు పార్లమెంట్‌సభ్యులుగ పనిచేసిన ఘనతగల వారు స్వర్గీయ యస్. ఆర్. యస్ అప్పలనాయుడు. **1971**లో భారత ప్రధాని ఇందిరాజీ- పార్లమెంట్‌కు మధ్యంతర ఎన్నికలు ప్రకటిస్తారు. ఆ ఎన్నికల్లో కాంగ్రెస్'S' కాంగ్రెస్'I' పై తలపడుతుంది. అయిన ఇందిర కాంగ్రెస్ 'I' హెచ్చుస్థానాల్ని సంపాదిస్తుంది.

1972లో రంగాజీ ఢిల్లీ వెళ్లి కాంగ్రెస్‌లో చేరిపోతారు. ఇందిరాగాంధీకి- పార్లమెంట్‌లో స్పష్టమైన మెజార్టీ లభిస్తుంది. కష్టజీవులు- దళితులు- సామాన్య ప్రజలు స్త్రీలు- ఇందిరాజీని- తమ రాజకీయ ఇష్టదైవంగా భావించే రాజకీయ దినాలు ఆనాటి ఆవు - దూడ- గుర్తుకువేసి కాంగ్రెస్‌ను గెలిపిస్తారు.

1972లో ఎన్నికల తదుపరి P V నరసింహారావు ముఖ్యమంత్రి అయ్యారు. మళ్లీ ఏర్పాటువాదం తలెత్తింది. ఈసారి జై ఆంధ్రోద్యమం-లేచింది. **1972**లో ఆంధ్రప్రాంతానికి చెందిన కాంగ్రెస్ వాదుల సమావేశం-D.V సుబ్బారెడ్డి - అధ్యక్షతన జరిగింది. చివరికి రాష్ట్రంలో **1973**లో రాష్ట్రపతిపాలన విధించారు. ఆరు సూత్రాల పథకం విస్తరణతో ఆంధ్రోద్యమం చల్లబడింది.

1972లో ఎన్నికల్లో మరల రాష్ట్రంలో కాంగ్రెస్ పార్టీయే - అత్యధిక స్థానాల్ని గెల్చుకొంది. మరల P.V. నరసింహారావు గారికి ముఖ్యమంత్రి పదవి లభించింది. **1973** అక్టోబర్ **1**వతేదీన ఆంధ్రకాంగ్రెస్ అఖిలపక్షకమిటీ ఆరు సూత్రాల పథకానికి అంగీకరించింది. ఉద్యమాన్ని విరమించుకున్నది. **1973**లో లోక్‌సభ రాజ్యాంగసవరణ చట్టాన్ని ఆమోదించంది(**33**వసవరణ) తెలంగాణా ప్రాంతీయ కమిటీ రాష్ట్రపతి ఉత్తర్వుల్ని రద్దు పరచబడినది.

1973 డిశంబర్ **10**న రాష్ట్రపతి పాలన రాష్ట్రంలో రద్దుచేసి జె.వెంగళరావు ముఖ్యమంత్రిగ **15**గురు సభ్యులతో- మంత్రివర్గం ఏర్పడింది. ఇంతలో జై ఆంధ్రోద్యమం చల్లబడింది. ఉత్తరాంధ్ర నుండి-వి.కృష్ణమూర్తినాయుడు-ఇకలాపు లక్ష్మణదాసు-మంత్రివర్గ సభ్యులు.

1974లో సెప్టెంబర్‌లో బ్రహ్మానందరెడ్డి ముఖ్యమంత్రిగ పదవికి రాజీనామా చేశారు. తెలంగాణా ప్రజాసమితి సభ్యులు కాంగ్రెస్‌లో పునః ప్రవేశం చేసారు. P.V. నరసింహారావు ముఖ్యమంత్రి కావడంతో తెలంగాణా ఉద్యమం సన్నగిల్లింది. **1975**లో జూన్ నెలలో దేశప్రధాని ఇందిరా దేశంలో అత్యవసర పరిస్థితిని ప్రకటించారు. ఆనాటి మన రాష్ట్ర ముఖ్యమంత్రి జలగం వెంగళరావు.

1977లో జనవరిలో ఎమర్జెన్సీని ఎత్తివేస్తూ-జాతీయ నాయకుల్ని జైలునుండి విడుదల చేస్తారు. **1977**లో ఎన్నికల ముందగ పునవ్యవస్థీకరించిన మంత్రి వర్గంలో ముఖ్యమంత్రి శ్రీ. జలగం వెంగళరావుగారి.

1977-82 వరకు ఆంధ్రప్రదేశ్‌లో సుస్థిరమైన పాలనకు-కాంగ్రెస్ హైకమాండ్ -ముఖ్యమంత్రిని మార్చిన అది ఆంధ్రలో విపరీత అర్థానికి దారితీసినది -అస్థిర తన కాంగ్రెస్ పార్టీకొని తెచ్చిపెట్టుకొన్నది.

1978లో ఆంధ్రప్రదేశ్ రాష్ట్ర శాసనసభకు ఎన్నికల జరిగాయి. ఆ సరికే దేశస్థాయిలో ఇందిరా కాంగ్రెస్ ఆర్గనైజేషన్ కాంగ్రెస్- తమ తమ పార్టీ చిహ్నాంగ ఆవు-దూడ-గుర్తుగ ఒక పార్టీ - జాతీయ జండాపై- నూలు వడుకుతున్న-స్త్రీని ఒక పార్టీ ఎంచుకున్నవి. **1978**లో మార్చి **6**వ తేదీన కాంగ్రెస్‌పార్టీ నాయకులు డా. మర్రిచెన్నారెడ్డి ముఖ్యమంత్రిగ పదవిని అధిష్టించారు. ఉపముఖ్యమంత్రి పదవిని రద్దు చేసారు. ప్రత్యేక తెలంగాణా అవసరం లేదని ప్రకటించారు. **1978**లో జనరల్ ఎన్నికలలో ఇందిరా కాంగ్రెస్ **294** సీట్లుకు **175** సీట్లును గెలుచుకొన్నది.

1980లో లోక్‌సభకు మధ్యంతర ఎన్నికలు వస్తాయి. ఇందిరా కాంగ్రెస్ పార్టీ విజయం సాధిస్తుంది. ''అర్సు'' కాంగ్రెస్ ఓడిపోతుంది. ఈ ఎన్నికలలోనే ''పెందుర్తి'' విశాఖ నుండి నేటి మన P C.C ఉపాధ్యకులు ద్రోణం M L A గ గెలుపొందారు. **1980**లో నవంబర్ **11**వ తేదీన టంగుటూరి అంజయ్యను మనరాష్ట్ర ముఖ్యమంత్రిగా పదవిని అధిష్టంచమని ఢిల్లీ కాంగ్రెస్ హైకమాండ్ ఆదేశిస్తుంది.

1980 అక్టోబర్‌లో రాజధానిలో అల్లర్లు చెలరేగిన కారణంగా- తనపదవికి రాజీనామా చేసారు. **1980**లో చెన్నారెడ్డి తదుపరి శ్రీ అంజయ్య ముఖ్యమంత్రి అయ్యారు. అయిన రాజకీయ అనిశ్చితి అంతమవలేదు. **63**గురు మంత్రుల్ని తన మంత్రి వర్గంలో నియమించారు. మంత్రివర్గంలో అసంతృప్తి వర్గం ఏర్పడింది.

1982 ఫిబ్రవరి **22**న ఢిల్లీ అధిష్టానవర్గం- ఆదేశం మేరకు అంజయ్య స్థానంలో శ్రీ. భవనం వెంకట్రామిరెడ్డి ముఖ్యమంత్రి అయ్యారు. అంజయ్య మంత్రివర్గం పంచాయితీ ఎన్నికల్ని జరిపించడంతో విజయం సాధించింది. ఈ మంత్రి వర్గంలో నటరత్న N T R అల్లుడు, నేటి ఆంధ్రప్రదేశ్ ముఖ్యమంత్రి చంద్రబాబునాయుడు- సహాయమంత్రిగ పనిచేసారు. అయితే మంత్రివర్గం ఎంతోకాలం పనిచేయలేదు.

1982 సెప్టెంబర్ **22**న కోట్లవిజయభాస్కర్‌రెడ్డి ముఖ్యమంత్రి పదవిని అధించారు. నేటి ఆంధ్రప్రదేశ్ రాష్ట్ర కాంగ్రెస్ అధ్యకులు వై. యస్. రాజశేఖర్‌రెడ్డి నాటి ఈ మంత్రి వర్గంలో సభ్యులు. **1982**లో విశాఖ Z P చైర్మన్ శ్రీ ద్రోణంరాజు సత్యనారాయణ గారె.

1983లో ఆంధ్రప్రదేశ్ శాసనసభకు ఎన్నికలు జరిగాయి. ఎన్నికలలో అధికార పక్షంగ- రూపొందక-కాంగ్రెస్‌పార్టీ ప్రదాన ప్రతిపక్షంగ 60 సీట్లును గెలుచుకొంది.**1985**లో మరల మధ్యంతర ఎన్నికలు శాసనసభకు తటస్థించాయి. ఈ ఎన్నికలలో కాంగ్రెస్ నిలద్రొక్కుకోలేక పోయింది. అయిన బలీయమైన ప్రతిపక్షమున పార్టీగ -శాసనసభలో రూపొందింది.

1989లో మరల అంధ్రప్రదేశ్ శాసనసభకు సాధారణ ఎన్నికలు జరిగాయి. ఈ ఎన్నికలలో కాంగ్రెస్ పార్టీ అంధ్రప్రదేశ్ శాసనసభలో ఘనవిజయం సాధించంది. ఇందుకు కారణం అంధ్రప్రదేశ్ కాంగ్రెస్ అధ్యక్షపీఠాన్ని అలంకరించమని డా. మర్రిచెన్నారెడ్డిని **1989** కాంగ్రెస్ హైకమాండ్ అప్పటి మన దేశ ప్రధాని రాజీవ్‌గాంధీ కోరుతారు. మర్రిచెన్నారెడ్డిగారి నాయకత్వంన-అంధ్రప్రదేశ్ కాంగ్రెస్‌పార్టీ ఎన్నికల్లో తెలుగుదేశం పార్టీని చిత్తుగ ఓడిస్తుంది. తత్ఫలితంగా చెన్నారెడ్డిగారు - రాష్ట్ర ముఖ్యమంత్రి పదవిని అలంకరిస్తారు.

1991లో ఆంధ్రప్రదేశ్ ముఖ్యమంత్రిగ N జనార్ధనరెడ్డి పదవీ స్వీకారం చేసారు- ఈ మంత్రి వర్గంలోనే నేటి మన అనకాపల్లి యం. పి. శ్రీ జి. గురునాథం గారు మంత్రిగ ఉండేవారు. తదుపరి ఢిల్లీ హైకమాండ్ ఆదేశానుసారం రాష్ట్ర ప్రజల అభిమతం మేరకు మాజీ రాష్ట్రముఖ్యమంత్రి విజయభాస్కరరెడ్డి మరల ఆంధ్రప్రదేశ్ ముఖ్యమంత్రిగ పదవీ స్వీకారం చేసారు.

1994లో ఆంధ్రప్రదేశ్ రాష్ట్ర శాసనసభకు మరల ఎన్నికలు జరిగాయి. ఈ ఎన్నికలలో కాంగ్రెస్ పార్టీ బలీయంమైన ప్రతిపక్షంగా శాసనసభలో రూపొందింది నేటి మన శాసనసభలో C L P. నాయకుడు N జనార్ధన్‌రెడ్డి. ఆంధ్రప్రదేశ్ రాష్ట్ర కాంగ్రెస్ అధ్యక్షులుగ వుజ్జి తులసీదాస్‌గారు - వి. హనువంతురావు కె. రోశయ్య - తదుపరి మల్లికార్జునరావు వంటి అతిరథమహారథ కాంగ్రెస్ నాయకులు వ్యవహరించారు. కాంగ్రెస్‌పార్టీకి జవసత్వాలను చేకూర్చిన- ఘనమైన కాంగ్రెస్ వారుగ వీరంతా పేరు పడసారు.

ఉత్తరాంధ్ర నుండి ఘనవిజయం సాధించిన కాంగ్రెస్‌పార్టీనాయకులు కళాబంధు డా. శ్రీ. టి. సుబ్బరామిరెడ్డిM.P విశాఖపట్నం, శ్రీ గుడివాడ గురునాథం M P అనకాపల్లి - విశాఖమేయర్ శ్రీ సబ్బంశ్రీహరి.

1998లో ఆంధ్రప్రదేశ్ కాంగ్రెస్‌పార్టీకి రాజకీయ సమరయోధుడు పార్లమెంట్- సభ్యులు- మాజీరాష్ట్రకాంగ్రెస్‌పార్టీ అధ్యక్షులు-Dr Y S రాజశేఖర్ రెడ్డిగారిని ఢిల్లీ కాంగ్రెస్ హైకమాండ్ వారు మరల ఆంధ్రప్రదేశ్ కాంగ్రెస్ అధ్యక్షులుగ నియమించగ దరిమిలా పదవీ స్వీకారం చేసారు. శ్రీ. రాజశేఖర్‌రెడ్డి గారు రాయలసీమ- నివాసస్థులు- సమరశీల చైతన్యం సాహసిక దృక్పథం కలవారు కాంగ్రెస్‌పార్టీ అధ్యక్షులుగ- ఉన్నత స్థానాన్ని అధిష్టించినదే తడువు రాష్ట్రాభివృద్ధికి- అభ్యుదయానికి - నిరంతరం కృషిచేస్తున్నరు. కేంద్రరాష్ట్రప్రభుత్వాల- ప్రజావ్యతిరేక విధానాలపై- సమరభేరీ మ్రోగించారు ఎల్ల ఆంధ్రావని కదిలింది.

మనరాష్ట్రంలోగల కాంగ్రెస్‌పార్టీని- ప్రజాహితముగ నడిపించడానికైన నిజమైన ప్రజాస్వామ్యాన్ని రక్షించడానికైన -రాష్ట్రంలో ప్రస్తుతం కొనసాగుతున్న నియంతృత్వపాలనను అరికట్టాలన్న దేశరాజకీయాల్లో మనరాష్ట్రం -అగ్రగామిగ నిలవాలన్న - కాంగ్రెస్‌పార్టీ- ప్రస్తుత అధ్యక్షులుDr Y S రాజశేఖర్ రెడ్డిగారు అన్ని విధాల అర్హులు కాంగ్రెస్ మహానీయుల అడుగుజాడలలో నిలచి- కాంగ్రెస్‌పార్టీ విజయపతాకాన్ని విను వీధిలో- విజయవంతంగ- ఎగురువేయుగల రాజకీయ యోధులని- కాంగ్రెస్ రాజకీయ చరిత్ర కలవారని మన కాంగ్రెస్‌పార్టీ క్రియాశీల వ్యక్తులకు ఎల్ల ప్రజానీకానికి తెలిసిన విషయమే.

''గాంధీజీ గ్రామస్వరాజ్యం'' జిందాబాద్
నెహ్రూ ''సామ్యవాద సమాజం'' వర్థిల్లాలి
ఇందిర ''లౌకికవాదం'' కొనసాగాలి.

The Congress is a party which in anti many things- I mean it is anti untouchalility anti inequality anti-poverty and anti any type of communalism

INDIRA GANDHI
10-18-1975
New Delhi
India

ప్రముఖ గాంధీయవాది, కాంగ్రెస్ పార్టీ నాయకులు
రాష్ట్ర మాజీ ముఖ్యమంత్రి

శ్రీ కోట్ల విజయభాస్కరరెడ్డి

వంగపండు

కాంగ్రెస్ - పార్టీ - సిద్ధాంతం
(Economic Policy of Congress-Party)

మంచిపనుల మాంధాత - కాంగ్రెస్ నేత
విశాఖపట్నం పార్లమెంట్ కాంగ్రెస్ సభ్యులు

కళాబంధు డా॥ టి.సుబ్బరామిరెడ్డి MP

భారతప్రధాని- నెహ్రూ- సామ్యవాద తరహా సమాజ నిర్మాణం :-

భారతదేశ ప్రప్రథమ ప్రధాని నెహ్రూజీ -దేశ ఆర్థికవ్యవస్థను తీర్చిదిద్దుటలో ప్రధాన భూమికను పోషించారు. సాంఘిక సంక్షేమరాజ్యా సాధనే కాంగ్రెస్ పార్టీ తనధ్యేయముగ ప్రకటించింది. సంక్షేమరాజ్యసాధనకు పటిష్టమైన ''ఆర్థికవ్యవస్థ'' అవసరం అనివార్యం అని నెహ్రూజీ గుర్తించారు.

సమాజం యొక్క అభివృద్ధికి-అభ్యుదయానికి, ప్రైవేట్ వ్యక్తుల పెట్టుబడులు ప్రాధాన్యతను-ప్రధానపాత్రను వహించిన-అదిపెట్టుబడిదారీ విధానం (Capitelesm) వ్యక్తులకు మితిమీరిన ఆర్థిక స్వేచ్ఛాస్వాతంత్ర్యాల్ని ఇవ్వగలది ఈ ఆర్థికవ్యవస్థ ఇది పెట్టుబడిదారీ సమాజమును నిర్మింస్తుంది.

దేశాభ్యుదయానికి అభివృద్ధికి, ప్రభుత్వపెట్టుబడులు- ప్రధాన భూమికను వహించిన అది సామ్యవాద ఆర్థిక విధాన (Socialisam) రాజ్యాధికార విస్తరణ - ఆర్థిక నియంత్రణ జరిగి- వ్యక్తుల ఆర్థిక స్వేచ్ఛా- స్వాతంత్ర్యాలకు పరిమితులు- విధించ బడతాయి ఇది సామ్యవాద సమాజమును నిర్మిస్తుంది.

మన ప్రథమ ప్రధాని నెహ్రూజి- మనదేశ ఆర్థిక వ్యవస్థ- పునర్వ్యవస్థీకరణ కు- పయిదెలిపిన ద్వివిధ ఆర్థిక వ్యవస్థలలో ఏ ఒక దానిని స్వీకరించుటకు అంగీకరించుట లేదు రెండింటికి సమ ప్రాధాన్యతలను ఇవ్వదలచారు. కారణం- మితిమీరిన ఆర్థిక స్వేచ్ఛా- స్వాతంత్ర్యాల్ని- వ్యక్తులకు ఇచ్చిన- ప్రతిభా సామర్థ్యాలున్న వారది పై చేయి అవుతుంది. అవివేక బలహీనతలు అడుగున పడతాయి. ఉన్నవారు(Haves) లేనివారు(Have nots) అను వర్గాలేర్పడి- వ్యక్తిగత అస్తి హక్కు వలన- అహంకారం- ద్వేషం ప్రజ్వరిల్లి- ధనికులు నిర్ధనికులను -దోపిడీ పీడనలకు గురిచేస్తారు. ఇందుకు కేవలం వ్యక్తుల పెట్టుబడుల ఆర్థిక విధానమును నెహ్రూజీ తిరస్కరించారు. పెట్టుబడిదారీవిధానం సరికాదన్నారు. (Capatilist Economy is not suitable to India)

అలానే వ్యక్తులకు స్వేచ్ఛా స్వాతంత్ర్యాల్ని పరిమిత మొనరిస్తూ రాజ్యాధికారం - ఆర్థిక నియంత్రణ పెచ్చు పెరిగిన- వ్యక్తులు కట్టు బానిసలగ- మిగిలిపోతారు. వ్యక్తిగత ఆస్తి హక్కును నిర్మూలించిన - ఇందువలన-

వ్యక్తులలో- ఉత్సుకత- ఉత్సాహం- ఆపేక్షలుసన్నగిల్లి- అసలు ఉత్పాదికతకే హాని జరుగుతుంది. ఇందుకు కేవలం ప్రభుత్వ పెట్టుబడి ఆర్థికవిధానమును నెహ్రూజీ సరి కాదన్నారు. ''సామ్యవాద సమాజమనేది అసంభవం'' అన్నారు. (Socialist economy is not -suitable to India)

అందుకు నెహ్రూజీ, తాత్త్విక జీవన విధానమున ''బుద్ధునివలె'' ఆర్థిక సామాజిక చరిత్ర నిర్మాణంలో- మధ్యే మార్గమును చేపట్టారు. ఏ దేశ చరిత్ర జూచిన- ఆదేశపు తీరుతెన్నులుండాలని మన దేశ చరిత్ర మన సంస్కృతులని నిర్ధారణ పరదలచారు.

పెట్టుబడిదారీ విధానమును కాదనక - సామ్యవాద ఆర్థికవిధానమును లేదనక అమెరికా తదితర పెట్టుబడి దేశాల్లోనున్న స్వేచ్ఛా మార్కెట్ ఎకనమీని (Free Market Economy) సోవియట్ తదితర కమ్యూనిష్టు దేశాల్లోనున్న నియంత్రణ మార్కెట్‌ను(Controlled Market Economy) రెండింటిని సమాధాన పరచిన ఆర్థిక విధానము(Socialist Market Economy) నకు రూపకల్పనచేసి కనిపెట్టి తనదేశ అర్థిక వ్యవస్థను తీర్చిదిద్దిన జాతీయవాది మన దేశనేత నెహ్రూజీ నవభారత నిర్మాత.

మద్రాస్ అవడి కాంగ్రెస్ మహాసభ తీర్మానం :-

ఈ నేపథ్యంలో- భారత- రిపబ్లిక్‌గ- అవతరించిన తదుపరి తనస్వీయ ఆర్థిక సిద్ధాంతాచరణకు కాంగ్రెస్‌పార్టీ- దేశస్థాయిలో చర్చల్ని కొనసాగించింది. **1955**లో జరిగిన మద్రాస్ అవడి కాంగ్రెస్ మహాసభలో - సామ్యవాద తరహా సమాజనిర్మాణమే (Socialist Pattern of society) తనధ్యేయమని ప్రకటించి తీర్మానించింది. అప్పటి మనదేశ ప్రదాని జవహార్‌లాల్ నెహ్రూజీయే.

సోషలిష్టు- మార్కెట్ - ఆర్థికవ్యవస్థకు- రూపకల్పనజేసిన నవభారత- నిర్మాత నెహ్రూజీ గణం తికెక్కిన రాజనీతిజ్ఞుడు పండితుడు- భావుకుడు- జాతీయవాది జాతీయకాంగ్రెస్ నేతలలో అగ్రగణ్యుడు జాతిపిత అడుగ జాడలలో నడచిన- గాందేయవాది ''డిస్కవరి అఫ్ ఇండియా'' అను ఉద్గ్రంథమును వ్రాసిన మహామేధావి.

అటు తీవ్రవాద ఆర్థికవిధానం ఇటు మితవాద ఆర్థికవిధానం తనపంయి ప్రభావం నెరవేరక పోవటానికి కారణం-తనకు సరిపడిన గాంధీజీ ప్రవేశ పెట్టిన ''జాతీయ పునర్విహణ కార్యక్రమ''మే అనిచెప్పాలి. గ్రామీణ పునర్విర్మాణానికి గాంధీజీ ''గ్రామస్వరాజ్యాన్ని'' అభిలషించారు. ఇందువలననే సంక్షేమరాజ్యం-సాధించబడగలదని నెహ్రూజీ విశ్వసించి ''సామ్యవాద సమాజ నిర్మాణా'' నికిగాక ''సామ్యవాద తరహా సమాజ నిర్మాణా'' నికి తగిన పునాదుల్ని భారతలో సమకూర్చారు.

ప్రణాళికా ఆర్థికవిధానం :-(Planning System)

నెహ్రూజీ దూరదృష్టితో-భారతీయాత్మను పసిగట్టి- ఇందుకు తగిన ప్రణాళిక ఆర్థికవిధానమును రూపొందించారు. తత్ఫలితమే మనదేశమున ప్రణాళిక సంఘం అనేది ఒకటి ఏర్పడింది.(Planning commission)దేశీయ సహజవనరులను అంచనావేసి పంచవర్ష ప్రణాళికలద్వారా మానవవనరులను అభివృద్ధి పరచతగు దేశీయ సాధన సంపత్తిని- సద్వినియోగంలోనికి తెచ్చేవిధానమే ప్రణాళిక ఆర్థికవిధానం- సామ్యవాద ఆర్థికవిధానంలో-వ్యక్తిగత ఆస్తి హక్కులకు స్వేచ్ఛా-స్వాతంత్ర్యాల విస్తృతికి తావుండదు. పెట్టుబడిదారీ ఆర్థికవిదానంలో ఉత్పత్తిసాధనాలపై ప్రభుత్వానికి అదుపు ఆజ్ఞలుండవు. వ్యక్తులు ప్రతిభాసామర్థ్యం-మేరకు ఇవి వ్యక్తుల లాభాపేక్షలకు వినియోగపడతాయి.

అందుకు నెహ్రూజీ చక్కని ప్రణాళిక ఆర్థికవిధానమును ప్రవేశపెట్టారు. ఇందులో ప్రభుత్వ రంగసంస్థల్ని(Public sector) ప్రైవేట్ రంగసంస్థల్ని(Private Sector) సమతూకంలో- నడిపించే ఆర్థిక స్థితిగతులను చేర్చారు. మౌలిక పరిశ్రమల స్థాపనలో రెండింటికి తగినస్థానమిచ్చారు. వ్యక్తిగతలాభాపేక్షలతో- ఒకవేళ మితిమీరి వ్యవహరించదలచిన ప్రైవేట్‌రంగ సంస్థలు దోపిడి పీడనలకు సిద్ధపడకుండా నిరోధించుటకు- రాజ్యాధికారం- నియంత్రణ స్వేచ్ఛగల- ప్రభుత్వరంగసంస్థల్ని వాటిలో సరిసమానంగా నడిపించారు. ప్రభుత్వ రంగ సంస్థలు పనిసామర్థ్యం నైపుణ్యంతో పని చేయుటకు ఇందుకు పోటీగ- ప్రైవేట్ రంగసంస్థల్ని తగిన విధంగా ప్రోత్సహించారు.

ఇందువలన- ఒకప్రక్క వ్యక్తులకు ఆస్తిహక్కులు సంక్రమించాయి. వేరొకప్రక్క సమాజానికి - ఉమ్మడి సంపదలు లభించాయి. నియంత్రణ గల స్వేచ్ఛా మార్కెట్ ఒకవైపు- స్వేచ్ఛా మార్కెట్‌లో నియంత్రణ మరొకవైపు సరియైన మార్గాల్లోనడిచి సత్ఫలితాల్నిచ్చాయి. ఇస్తున్నవి.

మూలపరిశ్రమల స్థాపనలో నెహ్రూజీయే నవభారత నిర్మాత- సరిసమాన ప్రాతినధ్యమును పబ్లిక్ - ప్రైవేట్ రంగాలకిచ్చారు. టాటా సంస్థకు- ఇనుము - ఉక్కు పరిశ్రమకు అనుమతించిన- ఇండియన్ గవర్నమెంట్-బొకారో స్టీల్‌ఫ్యాక్టరీని ప్రభుత్వ రంగంలో స్థాపించింది. రైల్వేల్ని జాతీయం చేసిన కాంగ్రెస్‌పార్టీ ప్రభుత్వం- రోడ్డుట్రాన్స్ పోర్టును ప్రైవేట్‌సెక్టర్‌గ విడిచిపెట్టింది. ఇలా ఎన్నో పరిశ్రమల్ని- ప్రాజెక్టుల్ని పబ్లిక్ - ప్రైవేటురంగసంస్థలు రెండు స్థాపించి సమర్ధవంతంగా నిర్వహిస్తున్నాయి.

పంచవర్ష ప్రణాళికలు :-(Five Years Plans)

మనదేశంలోనే కాదు- ఏదేశంలోనైన-దేశంలో సహజ వనరులు చాలా తక్కువ స్థాయిలో ఉంటాయి. మన అవసరాలు వీటికి మితిమీరిన స్థాయిలో ఉంటాయి. అందుకు సమాజ సౌభాగ్యానికి ప్రాధాన్యత రంగాలేమిటో మనం నిర్ణయించుకోవాలి. ఈ ప్రాధాన్యత రంగాలో-కూడా దేశం సంపూర్ణ అభివృద్ధిని సాధించడానికి కొంతకాలం పడుతుంది.

అందుకు నెహ్రూజీ నవభారత నిర్మాత-పంచవర్ష ప్రణాళిల్ని ప్రవేశపెట్టారు. ఐదేండ్ల కాలపరిమితులలో ప్రభుత్వం సాధించగల అభివృద్ధిని అంచనావేస్తూ ఇందుకు తగిన సాధనాలను కేటాయిస్తూ-వీటి నిర్వహణకు ప్రభుత్వశాఖలను అందుకు సిద్ధపరుస్తుంది.

ప్రథమపంచవర్ష ప్రణాళికాలో భారతప్రభుత్వం వ్యవసాయ రంగం అభివృద్ధిసాగునీటి పారుదల సౌకర్యాలకు- విద్యుచ్ఛక్తి- ఉత్పాదనకు హెచ్చుగా దేశీయ వనరులను -నిధులన సాధనాలను కేటాయించింది. ద్వితీయ పంచవర్ష ప్రణాళికలో పారిశ్రామిక రంగంలో-అభివృద్ధికి తగిన శాతంలో నిధుల్ని మంజూరు చేసింది. తృతీయ పంచవర్షప్రణాళికలలో సాంఘిక సంక్షేమ

కార్య కలాపాల విస్తృతి . పంచవర్ష ప్రణాళికా విధానాన్ని- ఇప్పటికి భారత ప్రభుత్వం కొనసాగిస్తున్నది. ప్రస్తుతం- మనం 9వ పంచవర్ష ప్రణాళికను అమలుపరుచు కుంటున్నాము ప్రణాళికాసంఘం అనుమతి మంజూరు లేనిదే ఏరాష్ట్రప్రభుత్వం తన ఇష్టానుసారం తన వనరుల్ని వినియోగించటానికి లేదు రాష్ట్ర ప్రభుత్వం- జమాఖర్చుల్ని- కేంద్రప్రభుత్వం- ఆదాయవ్యయాల్ని ప్రణాళికా సంఘం కనుసన్నలతో జరగవలసిందే- ప్రణాళికాసంఘం ఆమోదించిన పంచవర్ష ప్రణాళికలు మనదేశంలో ఇప్పటికి అమలులో ఉన్నాయి.

నెహ్రూజీ నవభారత నిర్మాతగా- జాతినేతగ- ప్రఖ్యాతి గడించారు. ఈ పంచవర్ష ప్రణాళికల్ని తను విజయవంతంగా మనదేశంలో అమలు పరచి ఆధునిక భారతదేశ ఆవిర్భావానికి మూలకారకులుగా- నిలచారు. ఆధునిక భారతదేశ నిర్మాతగా పేరు ప్రఖ్యాతుల్ని నార్జించుకొన్నారు.

ప్రజావస్తు పంపిణీ విధానం :-(Public Distributory system)

తగినమూల్యం చెల్లించ గలవారికే ముఖ్యసేవలనందించగలది- పెట్టుబడిదారి ఆర్థికవిధానం. తగిన మూల్యం చెల్లించలేని వారకి కూడ వెసలు బాటులు కల్పించి సబ్సిడీపై సరకులను ప్రజలకు పంపిణీ చేయగలది. సామ్యవాద తరహ సామాజిక ఆర్థికవిదానం.''ప్రజావస్తుపంపిణి - ఆర్థికవిధానం'' - సమాజమునగల వ్యక్తులు రెండు తరహాలుగా ఉంటాయి కొనుగోలుశక్తి తగిన రీతిలో ఉన్నవారిని అమితాదాయ వర్గాలవారని- కనుగోలు శక్తిని - తగిన రీతిలో లేనివారిని అల్పాదాయ వర్గాలవారని వర్గీకరిస్తారు. ఇందుకు జాతీయ స్థాయిలో- ప్రజావస్తు పంపిణి విధాన మేర్పడి మూల్యం చెల్లించగల వారికి వస్తువుల్ని ఒక రేటుపై - చెల్లించ శక్తిలేని వారికి సబ్సిడి ధరలకు వస్తువుల్ని ప్రజాపంపిణి వ్యవస్థ సరఫరా చేస్తుంది. ద్వంద్వ ధరల విధానమని దీనిని వ్యవహరిస్తారు. దేశస్థాయిలో- స్వేచ్ఛామార్కెట్ విధానం కూడా ఉంటుంది.

ప్రజావస్తు పంపిణీ విధానం-దేశంలో కొనసాగించబడుతున్నప్పటికి డిమాండు- సప్లయి మేరకు-వస్తోత్పత్తి సరఫరా వినిమయం-జరపగల స్వతంత్ర్యమైన- స్వేచ్ఛా మార్కెట్ విధానం కూడా కొనసాగించబడుతూనే

ఉంటుంది. దీనిపై రాజ్యాధికారం నియంత్రణ జరుపబడుతూ ఉంటుంది. ఉదాహరణకు-చక్కెరపై డికంట్రోల్ విధానముంది. స్వేచ్ఛామార్కెట్‌లో దీనిని ''ప్రైవేట్ సెక్టర్'' డిమాండ్ సప్లయి మేరకు విక్రయించవచ్చు అలానే ప్రజావస్తుపంపిణీ విధానం ద్వారా దీనిని ప్రజలకు చౌకధరల దుఖాణాల ద్వారా సబ్సిడీ ధరలకు - అందించవచ్చు.

ఇందుకు ప్రభుత్వం-సివిల్ సప్లయిశాఖను నడపడమేగాక- దేశస్థాయిలో ఆహారధాన్యాల్ని కొని గిడ్డంగులలో నిల్వచేస్తుంది. ఇందుకు ఆహార జాతీయ సంస్థను ఒకదానిని కూడ నెలకొల్పారు. కనీసజీవనావసరవస్తువుల ధరలను నియంత్రించుటకు దేశస్థాయిలో గల ఆహార జాతీయ సంస్థ ఎంతగానో తోడ్పడుతుంది. (Food Corporation of India)

వస్తుధరల్ని నియంత్రించి-డిమాండ్ సప్లయి మేరకుగాక సబ్సిడీలపై వస్తువుల్ని సరఫరా ఉత్పత్తి వినిమయం చేయుటానికి ''స్వేచ్ఛా మార్కెట్'' ఎకనమీ ''అంగీకరించదు''. వ్యక్తుల స్వేచ్ఛా స్వాతంత్ర్యాల మేరకు వస్తుత్పత్తి సరఫరా- వినిమయం-జరపడం-సోషలిష్టు ఎకనమీకి ''కిట్టదు''.

ఈ రెండింటిని-లేదనక-కాదనక- ఇటువస్తుధరల్ని-నియంత్రించే ప్రణాళికా ఆర్థికవిధానం అటు-వస్తు ధరలపై సబ్సిడీల్నిచ్చే ప్రజావస్తుపంపిణీ విధానం రెండింటికి-తగిన రీతిగ-భారత ఆర్థికవ్యవస్థలో-పొందుపరచి సఫలీకృతమైన మనదేశ ఆర్థిక వ్యవస్థను తీర్చిదిద్దిన- ఘనత నెహ్రూజీకి దక్కుతుంది.

సంక్షేమరాజ్య సాధన :- (Welfare State)

సంక్షేమరాజ్యసాధనకు మార్గగామి నెహ్రూజీ సంక్షేమరాజ్య రథసారథి శ్రీమతి ఇందిరాగాంధి- పల్లెల ప్రగతికి అనేక కార్యక్రమాలు ప్రకటించబడినవి పల్లెలకు రక్షిత- మంచినీటి పథకాలను విస్తరింపజేసారు-స్వయంకృషి స్వావలంభన పల్లె ప్రజలకు అలవడేలాచేసారు- వ్యవసాయమే జీవనాధారంగల మనదేశంలో-భూసంస్కరణలు అమలుజరిపి-మిగులు భూమిని-భూమిలేని నిరుపేదలకు పంచిపెట్టారు. ''దున్నేవానిదే సాగుహక్కు'' అని ''పట్టా

ఉన్నవానిదే భూమిపై హక్కు'' అని చెప్పారు. వృత్తి నైపుణ్యం లోకజ్ఞానం- సంపాదించిపెట్టగల వృత్తివిద్యా శిక్షణ కళాశాలలను తెరచారు. ప్రతీగ్రామానికి విద్యుత్- రవాణా- వార్తా ప్రసారసౌకర్యాలన్ని అందుబాటులో ఉండేలా చేసారు. దేశానికి పెద్ద దిక్కు రైతు అని- జిరాయితీ పట్టాహక్కులను భూములపై ఇచ్చారు. చిన్ననీటి వనరులే పల్లెలకు సిరలు ఇస్తాయని ప్రణాళికాలో నిధుల్ని కేటాయించారు. ప్రజారోగ్యమే ప్రగతికి మార్గదర్శకమని- సాంప్రదాయక వృత్తులే పల్లెల జీవనాధారం వృత్తులని- పరిమిత కుటుంబమే- పసందైనకుటుంబమని- అనేక కార్యక్రమాలు విస్తరింపచేసారు. గ్రామీణ - నగర - పట్టణ - మహిళ - సంక్షేమానికి ఎన్నో చర్యల్ని తీసుకొన్నారు అధోజగత్ సహోదరులకు రక్షిత పథకాల్ని (Protected Schemes) వెనుకబడిన తరగతులకు సంక్షేమపథకాల్ని (Welfare Schemes) బలహీనవర్గాలకు సేవపథకాల్ని (Service Schemes) ప్రకటించారు. అల్పసంఖ్యాకుల హక్కుల (Menarity regnh) రక్షణలను వివలనిచ్చారు. అనిశ్చిత అల్పాదాయ వర్గాలవారికి సాంఘిక భద్రతలను(Social Security) జనతా పెన్షన్ విధానాన్ని ప్రవేశపెట్టారు. కాంగ్రెస్‌పార్టీ- చేసిన సంఘసంక్షేమ కార్యక్రమాలు.

సంక్షేమరాజ్యసాధన దిశలోనే నెహ్రూజీ ఇందిరాజీ ఇరువురు ఇండియాను నవ్యబాటలో నడిపించారు. అసంఖ్యాక ప్రజానీకం ఇండియాలో కనీస సౌకర్యాల్ని ప్రయోజనాల్ని కలిగి ఉండ లేదన్న సత్యాన్ని నెహ్రూజీ ఇందిర ఇదువురు గ్రహించారు. సాంఘిక సంక్షేమ కార్యక్రమాల్ని- అమలు పరచనిదే వీరి జీవితాల్ని మెరుగు పరచుకోలేరని భావించారు. వృత్తినైపుణ్యమా లేదు సామర్థ్యమా లేదు ఆర్థికంగా బలహీనులు సాంఘికముగ ఎంతో వెనుకబడినవారు వీరికి ప్రభుత్వం చేయూతనివ్వక- వీరెల్లరు ఎలా అభివృద్ధిలోనికి ఎలా రాగలరని అభ్యుదయాన్ని ఎలా పొందగలరని నెహ్రూజి ఇందిరా ఇరువురు గ్రహించారు. వీరినుద్ధరించ పంచవర్ష ప్రణాళికాల్ని ప్రవేశపెట్టి నూతన ఆర్థికకార్యక్రమాన్ని ప్రారంభించి దేశంలోగల సహజవనరులన్నింటిని వీరికి అభ్యుదయ- అభివృద్ధిని- చేకూర్చె పెట్టె దిశలోనే వినియోగంలోకి తెచ్చేలా చూసారు. పంజాబ్‌లో

భాక్రానంగల్ - నదీప్రాజెక్టు కట్టిన భారీస్థాయిలో నైవేరీ విద్యుత్ ప్రాజెక్టు మద్రాస్‌లో నెలకొల్పి కాంగ్రెస్ పార్టీ ధ్యేయం నిరుపేదల సౌభాగ్యానికి నిరంతర కృషి సలపడమే.

సమాజమున అట్టడుగునపడి అఘోరిస్తున్న-అసంఖ్యాక దళితులకు వెనుకబడిన వర్గాల వారికి, ఇళ్లస్థలాల్ని ఇవ్వడం గృహాల్ని నిర్మించి వారికి జీవనోపాధుల్ని కల్పించడం-ప్రధానధ్యేయంగా సంక్షేమ రాజ్యసాధనగ కాంగ్రెస్‌పార్టీ - ఇందిరాగాంధీ నాయకత్వాన-చేపట్టింది-సఫలితమైంది.

భారతదేశం-నలుమూలలలో-విద్య- ఆరోగ్యం-రవానా-వార్తా సౌకర్యాలు విస్తరిల్లాయి. గిరిజనులు-హరిజనులు-వెనుకబడిన తరగతులు-రాజ్యాంగం ఇచ్చినహామి మేరకు-తగిన జీవనోపాధుల్ని అందుకో గలిగారు. బడుగు ప్రజల భాగ్యదాతగ-శ్రీమతి గాంధీ పేర్వడసినారు సంక్షేమరాజ్యానికి ఒక చక్కని రాజబాట-శ్రీమతి ఇందిరాగాంధీ-పాలనావిధానమని చెప్పిన అతిశయోక్తికాదు.

సామ్యవాదసాధన-సాధనాలు పబ్లిక్‌రంగ-సంస్థలు
(Dynamic Instrument of Socialisam) :-

ప్రభుత్వ ప్రమేయం లేకుండ-పారిశ్రామిక రంగం-(Industry) ప్రగతి సాధించలేదు. బహుళసాధక సాధనాలుగ సామ్యవాద స్థాపనకు ప్రభుత్వరంగ సంస్థలు అనుగుణముగ ఉంటాయి. సాంఘిక సంక్షేమరాజ్యస్థాపనలో విమర్శకుల నోళ్లు ఇవి మూయిస్తాయి. జాతీయపురోభివృద్ధికి ఎంతగానో ఇవి తోడ్పడతాయి దేశీయసహజ వనరుల సమీకరుణకు-అభివృద్ధికి- అభ్యుదయానికి పబ్లిక్‌రంగసంస్థలు ఎంతగానో సహాయపడతాయి.

మన ప్రభుత్వరంగ సంస్థలు- ప్రైవేట్ యాజమాన్యాలతో సరితూగలేవన్నది ఒక తప్పుడు అభిప్రాయం-విధానలోపాల వలననో-పెట్టుబడుల సంబంధాలలో సరియైన అనుమతుల పత్రాలు జారీకానందున-సాంకేతిక నిర్వహణ విధానాల్లో గల అసంగతలు వలననో వీటిలో కొన్ని మూలపడిన పరిశ్రమలుగ నిలుస్తాయి తప్ప వీటి ప్రాథమిక స్వభావాలు ఇవి నిత్యం బలీయమైనవిగనే ఉంటాయి. కొన్ని పబ్లిక్‌రంగ సంస్థల్ని మూసివేయవలసి వచ్చిన-మన ఆర్థిక విధానంలో వీటికి గల ప్రాధాన్యత ఎంత మాత్రము విస్మరించబడటానికి లేదు.

(ప్రైవేట్‌రంగ సంస్థల్ని(Private Sector) కేవలం లాభాపేక్ష మేరకు పనిచేయాలని గాక వీటిని మన మనదేశ సామాజిక ఆర్థికాభివృద్ధికి ఒక శక్తి సాధనమని మన విశ్వసించాలి. అయితే ఇవి కొంత వరకు మన జాతీయాదాయం పెరుగుదలకు- భవిష్యత్ వనరుల నిధులసేకరణకు పారి(శామిక పునరుత్పత్తులకు తోడ్పడేవిగను ఉండాలి.

(ప్రభుత్వాధికారాలలో నెలకొల్పబడిన పబ్లిక్‌రంగ సంస్థలలో మితిమీరిన లాభార్జనకు వస్తూత్పత్తి ధరలను పెంచే ''విధానం''మంచిది కాదు. కార్మిక భాగస్వామ్యమును కలిగించగల ''పబ్లిక్‌రంగ సంస్థల నిర్వహణ'' నిజానికి జన స్వామ్యంలో జనహితమై ఒక ముఖ్య భూమికగా నిలుస్తుంది. యాజమాన్యులు (శామికులు-పరస్పర మై(త్రీభావం-సహకార సత్భావాలలో నడచిన- దేశానికి పబ్లిక్‌రంగ సంస్థలు (ప్రగతిని చేకూర్చగల వనుటలో సంశయంలేదు.

నిజానికి మన పబ్లిక్‌రంగసంస్థలు - తయారుచేస్తున్న ఉత్పత్తుల్ని-విదేశాల మార్కెట్లలో అమ్ముడుపోతున్న మనదేశ సౌభాగానికి ఒక గర్వకారణం-మన విదేశాంగ విధానం రూపుదిద్దుకోవటానికి ఇదెంతో తోడ్పడుతుంది. వర్తక వాణిజ్యాలలో ''దేశీయ (ప్రభుత్వ నియం(తణ'' ఎంతయిన అవసరంలే నిచో దోపిడి పీడనలు సమాజమున వ్యాపిస్తాయి.

మనం (ప్రణాళికల్ని రూపొందించేటప్పుడు కేవలం ఐదేండ్ల లేక పదేండ్లో- కాలపరిమితిని దృష్టిలో నిడుకొనక పేలాది సంవత్సరాలలో వీటివలన కలుగు లాభ నష్టాల్ని మనం అంచనావేయాలి కాలుష్యానికి కారణమైన లేక (ప్రజారోగ్యాన్ని చెందిన మన పురాతన కట్టడాలకు భంగం కలిగించిన పారి(శామిక యూనిట్లను (ప్రభుత్వం నెలకొల్పరాదు.

ఇండియాలో జనాభా సమస్య- ఒక సమస్య కాదు-సామాజిక విధానమే (Socialist Policy) సమస్య అని విదేశీ మీడియం అంటున్నది. మన ఆర్థికసామాజిక విధానాలు(Social and Economic polices) మన ఇండియా భవిష్యత్తుకు మార్గాన్ని సుగమం చేసేవిగా ఉండాలి ఇందుకు మార్గ దర్శకంగా నిలవాలి మన దేశ పాలనా విధానాలకు (ప్రతీకలుగ ఉండాలి.

పబ్లిక్‌రంగసంస్థల విస్తరణలో ఎన్నో విమర్శలువస్తున్న ఆటంకాలేదురైన-మనం ఇందులో విజేతలమే విదేశీనిపుణల విమర్శలు వచ్చిన మాత్రాన వెనుకడుగు వేయరాదు విమర్శలు ఎన్నటికి స్వాగతమే అయితే ఇందులో మన స్వదేశీ నిపుణుల విమర్శల్ని పరిగణలోనికి తీసికొంది. ఇచట నివసించు ప్రజల జీవన విధానాలను గూర్చి స్వదేశీ ఆర్థిక నిపుణులకే భాగా తెలుస్తుంది.

స్వాతంత్ర్యసమరం పరంపరముగ వస్తున్న మన ఆర్థిక సిద్ధాంతానికి సామ్యవాద తరహా సమాజ నిర్మాణానికి మనం కట్టుబడి ఉన్నాం. ఎవరో కొంతమంది మన ఆర్థిక విధానాల్ని- ప్రతిఘటిస్తూన్న- భవిష్యత్- సౌభాగ్య సాధనాలగ నిలువగల పబ్లిక్‌రంగ సంస్థలు అన్నింటిలో ముందంజువేస్తూనే ఉంటాయి. దేశ ఆర్థిక సామాజిక- ఆర్థిక సుస్థిర -నైపుణ్యం- సాంకేతిక ప్రగతిలో ఇవి విజయవంతం కాగలవని గత చరిత్ర మనకు తెలియచెపుతుంది.

(పబ్లిక్‌రంగసంస్థల అధికారుల సమావేశంలో అప్పటి భారత ప్రధాని ఇందిర 1976లో ఇచ్చిన ప్రారంభోపన్యాసాల ప్రాతిపదికగ) .

20సూత్రాల ఆర్థిక కార్యక్రమం :- (20 Points Economic Programme)

మనదేశ ఆర్థికవ్యవస్థను పుంజుకొనేలా చేయుటానికి 20సూత్రాలతో కూడిన ఒక ఆర్థిక కార్యక్రమం ప్రకటించబడుతున్నది. దారిద్ర్య నివారణకిదే అంతిమసాధనమని భావించవద్దు. అసమానత్వాన్ని పోగట్టి సమసమాజ నిర్మాణానికి ఒకే ఒక మంత్ర దండం ఉంది. అదే దృఢసంకల్పంతో క్రమశిక్షణతో- మన మందరం కూడ కలిసి పని చేయడం సత్ఫలితాన్నిసాధించడం.

మనలో ప్రతి ఒకరు- మనమున్న స్థానాల్లో- ఎవరి శక్తి సామర్థ్యాలమేరకు వారు వారికోసమేగాక- వారి ప్రక్క వారికోసం- సమాజం కోసం నిరంతరం పాటు పడుతూ గట్టికృషిచేయాలి.

సమాజసంపదను- ఉమ్మడి ఆస్తిని (State Property) మనమెంతో విలువైనదిగ చూడాలి దీనిని వినాశమొనరించ సాహసించిన ఏ ఒకరినైన దండించే తీరాలి- ఆర్థిక దుష్పరిణామాలకు మనంలోనైన ఇంటు- బయటనివి మనల్ని ప్రమాదాలకు గురిచేస్తాయి. మన ఆర్థిక స్థితిగతుల్నిపెంచటానికి మనకొక ఆర్థిక కార్యక్రమం ఉండాలి. (Economic Program)

1. ఉత్పత్తుల్ని పెంచి వస్తుధరల్ని పెంచి- వస్తు ధరలను అదుపులో నుంచాలి. నిత్యావసర వస్తు పంపిణీ జరగాలి. (Distribution of essential commodiless) జాతీయ పంపిణీ విధానమనేది ఏర్పడాలి.(Public distributory system) విదేశీ నిధుల నిల్వలసాధనలో జాగ్రత్తలు వహించాలి. దిగమతుల్ని- మన ఆర్థిక స్థితుగతులకు అనుగుణంగా మలచుకోవాలి. ప్రభుత్వశాఖలు అనవసర దుబారాను తగ్గించుకోవాలి. (price front)

2. అత్యధిక జనాభా శాతం పల్లె ప్రాంతాల్లో ఉంది. మనది పల్లెభారతి భూసంస్కరణలు అమలుజరిపి - మిగులు భూముల్ని భూమిలేని నిరుపేద సన్నకారు- చిన్నకారు రైతాంగానికి పంచిపెట్టాలి గిరిజనులకు వారి జనులకు తగువిధంగా తోడ్పడాలి. (land reforms)

3. భూమిలేని నిరుపేద జీవులతెల్లరికి- నివేశన స్థలాలు పట్టాల పంపిణీ జరగాలి వాటిపై- వారికి యాజమాన్య హక్కుల్ని కల్పించారు. భూస్వాముల నుండి లభించిన మిగుల భూమిని - ప్రభుత్వ బంజరు భూముల్ని వీరికి ఇవ్వాలి. (Providing House Site)

4. దేశంలోగల వెట్టిచాకిరీ విధానం కడుఘోరం అతినేరం రద్దుపరచాలి- వెట్టిచాకిరినుండి వీరిని విముక్తులుజేసి- వీరికి జీవనోపాధిని కల్గించాలి. (Abolition of Banded slavery)

5. గ్రామీణ రైతాంగం మితిమీరిన ఋణ భాధలో ఉన్నారు రెండుహెక్టార్లకు మించి భూమిలేనిసన్న చిన్నకారు రైతాంగానికి- ఋణాల్ని రద్దు పరచాలి ప్రభుత్వ బ్యాంకులు-సహకార బ్యాంకులు రుణాలు ఇందుకు వర్తించకూడదు గ్రామీణ ఋణ భారాన్ని అంతమొందించాలి.(Lequidate rural indebtiness)

6. దోపిడీ పీడనలకు గురి అవుతున్న వర్గాలను- శ్రామికులను వ్యవసాయ కూలీలకు- కనీసవేతనాల్ని అమలుపరచాలి. గరిష్టవేతనాన్ని అందజేయాలి. (Exploited section of society)

7. పంటపొలాలపై నదీజలాలు పరవళ్లు త్రొక్కాలు చూడాలి లక్షలాది హెక్టార్లు-బంజరు భూముల్ని సాగులోనికి తేవాలి నీటివనరుల సౌకర్యాల్ని పెంచ నదీ ప్రాజెక్టుల్ని నిర్మించాలి.(Project for cultivation of waste land)

8. పారిశ్రామికోత్పత్తుల సాధనపైన వ్యవసాయోత్పత్తుల పైన వేలకొలది మెగావాట్ల విద్యుత్‌ను ఉత్పత్తి చేసికోవాలి ఇందుకు విద్యుత్ ధర్మల్ కేంద్రాల్ని నెలకొల్పుకోవాలి. వీటిని కేంద్రప్రభుత్వమే స్థాపించాలి రాష్ట్రవిద్యుత్‌శక్తి బోర్డు లిందుకు ఏర్పాడాలి. (Power Projects)

9. వ్యవసాయం తదుపరి- అత్యధికులకు జీవనోపాధిని ఇవ్వగలది చేనేత పరిశ్రమ- వీరికి తగిన ధరలకు ముడిసరుకుల్నివ్వాలి. అభివృద్ధి కమీషన్ రేటు ఏర్పడాలి. (Hand made industry).

10. నాణ్యతకలిగిన మిల్‌మేడ్ బట్టలను తగిన ధరలకు పదిమందికి అందేలా చూడాలి. భారీస్థాయిలో వీటి ఉత్పత్తి సాధనకు పలు సంస్థల్ని ప్రారంభించాలి. (Mill made clothes) ప్రతి ఒకరికి అతిచౌకగా లభించేలా చూడాలి.

11. పట్టణాల్లో ఆస్తి కేంద్రీకరణ జరిగిన విపరీత అసమానతలను దారితీస్తుంది. పట్టణ భూవసతి- ఆస్తులపై పరిమితులు విధించాలి- పట్టణ ఖాళీ భూములపై హక్కు- భుక్తాల్నిపై విధినిషేధాలు విధించాలి.(Ceiling an owner ship possession ofvacat-land)పట్టణాల్లో మిగులు భూమిని వశపరచుకొని నివేశస్థలాలగ పేదబీదలుకు పంచిపెట్టాలి.

12. పన్నుల ఎగవేత ఒక నేరం దీనిని నివారించ నల్లధనం -బయటకు లాగాలి గుప్త ధనం వెలికి తీయాలి. గుప్తధనమే విలాసాలకు విలాసభవనాల నిర్మాణానికి ఆట పట్టు ఆస్తులకు విలువ కట్టి వీటిపై ఆదాయపన్ను వేయాలి. (Tax evasion is a crime).

13. స్వదేశీ విదేశీ వస్తువుల్ని దొంగతనంగ చాటుమాటున-అమ్మడం- ప్రభుత్వానికి చెల్లించవలసిన అమ్మకం పన్నును కట్టకపోవడం దేశద్రోహం- ఇటువంటి స్మగ్లర్ల ఆస్తుల్ని ప్రభుత్వం స్వాధీనం చేసికోవాలి ప్రత్యేక దళాలలతో వీరిని పట్టుకోవాలి. (Camp against)

14. దేశ ఆర్థిక వ్యవస్థ చక్కబడాలన్న- పెట్టుబడులు- అనుమతి విధానాల్ని సరళతరం చేయాలి పరిశ్రమలను పెట్టుబడుల పరిమితుల్ని పెంచాలి. ఎగుమతుల

దిగుమతుల విధానాల్ని మార్చాలి. లైసెన్సు అక్రమవినియోగానికి అడ్డుకట్టలు వేయాలి. (Licence procesure will be simple fied)

15. దేశీయ పరిశ్రమల్లో పనిచేస్తున్న కార్మికులకు భాగస్వామ్యం కల్పించడాలి. ఇందుకు తగిన చర్యలు తీసికోవాలి కార్మిక భాగస్వామ్య జన రక్షణ కార్యాచరణను పరిశ్రమల్లో ప్రవేశపెట్టాలి(Workers participation in Industries)

16. దేశస్థాయిలో- వస్తు సరఫరాను వేగిర పరచినగాని- వస్తూత్పత్తి ధరలు అదుపులోనికి రావు- వస్తువుల్ని-రైల్వేల ద్వారానే గాక- రోడ్డు ట్రాన్స్‌పోర్టు ద్వారా వేగిరపరచాలి. అనుమతించాలి. ఇందుకు నిషేధాల్ని తొలగించి- జాతీయ పరిధిలో అనుమతి విధానమును ప్రవేశపెట్టాలి. (Introducing a system of national permit)

17. గత కొన్నాళ్లుగా- పరిమిత ఆదాయంగల ప్రజలు అనేక కష్టనష్టాలకు గురిఅవుతున్నారు. వీరికి తక్షణ సహాయంగ- ఆదాయం పన్ను- పరిమితిని పెంచాలి. తగిన వెసలుబాటును కల్పించాలి. (Income limit)

18. తమతమ స్వస్థలాల నుండి ఉన్నత విద్యార్జనకోసం పట్టణాలకు వచ్చిన- పేద కుటుంబాలకు చెందిన విద్యార్థినీ విధ్యార్థులు అనేక నష్టాలకు లోనువుతున్నారు. నియంత్రించిన ధరలను వీరున్న వసతి గృహాలకు కనీస జీవనావసర వస్తువుల్ని సరఫరా చేయాలి.

(Essntial commodites at controlled prices to the student)

19. విద్యారంగంలో - పాఠ్యగ్రంధాలు- గ్రంధాలయాలు(Book Banks) ప్రధాన భూమికను వహిస్తాయి. అవసరమైన సామగ్రి కూడ అందజేయాలి. అందుబాటులోనున్న ధరలకు- అన్ని పాఠశాలలకు కళాశాలకు- విశ్వ విద్యాలయంకు పాఠ్యగ్రంధాల్ని (Book Banks) అందజేయాలి.

(Supply of books on fixed minimum rates).

20. ఉపాధి శిక్షణ ఉద్యోగ అవకాశాల్ని దేశంలో గల నిరుద్యోగ చదువుకున్న- యువతీ యువకులకెల్లరికి కల్పించాలి. ప్రత్యేక శిక్షణాకాల పరిధిలో వీరిని ఉపాధి శిక్షణలో తర్ఫీదునివ్వాలి. ప్రభుత్వరంగ సంస్థలిందుకు ప్రధాన

భూమికను వహించాలి. (Increase employment opportunities to educated pepole) ఆదిమ- తెగల వారిని ఆదిమ జాతులవారిని మైనారిటీ వర్గాల వారిని - అంగవైకల్యం కలవారిని ముందుగ ఉపాధి శిక్షణలనందజేయాలి.

సామ్యవాద తరహాసమాజ నిర్మాణానికి ఉపకరించగల నూతన ఆర్థిక కార్యక్రమం గూర్చి క్లుప్తంగా వివరించాను. భారత ప్రభుత్వం అనుసరించగల ఆర్థిక విధానమే ఇది. మన దేశ ఆర్థిక వ్యవస్థను పటిష్టమైన అనుకూలమైన మార్పులనిది తెచ్చి పెడుతుందనటానికి నాకు సంశయంలేదు మనలోనున్న- అసహాయతను- అసహన భావాన్ని బయటకు పారద్రోలి మనమంతా- ఒక సంఘటిత శక్తిగా ఏర్పడి నవసమాజ నిర్మాణానికి-సమసమాజ నిర్మాణానికి- ముందడుగువేయాలి. సామాజిక జాతీయ దృక్పథం స్వకీయ జాతీయ విశ్వాసం జాతిపురోభివృద్ధికి అభ్యుదయానికి మనకెంతో తోడ్పడతాయి.

(జాతినుద్దేశించి దేశప్రధాని ఇందిరాగాంధీ-1975 జూన్1వతేదిన జేసిరేడియో ప్రసంగన ప్రాతిపదికగ).

1991- ఉదార ఆర్థిక సంస్కరణలు :-(Liberalised Economy)

నెహ్రూజీచే ప్రవేశపెట్టబడి ఇందిరాజీ నడిపించిన సోషలిష్టు మార్కెట్ వ్యవస్థలో-కాంగ్రెస్ ప్రభుత్వం 1991లో కొన్ని సంస్కరణల్ని (ఉదార ఆర్థిక విధానం) ప్రవేశపెట్టింది. వీటి ఫలితాలు సామాన్యులకు చేరలేదను విమర్శ వచ్చింది. కాంగ్రెస్‌పార్టీ -సీనియర్ కాంగ్రెస్‌నాయకులు- ఈ సంస్కరణల ఫలితాలు పేదబీద ప్రజానీకానికం పొందాలని అభిభాషించారు.

అంతేకాదు ఈ సంస్కరణలో సమూల మార్పులు తీసికొని రావాలన్నారు. సామాన్య ప్రజలకు మేలు జరగడం అన్నదే- ఈసంస్కరణల లక్ష్యం కావాలి. ఏకొద్ది మందికో ప్రయోజనం చేకూర్చే సంస్కరణలను మార్చేయాలి విశాల ప్రాతిపదికలపై పేదబీద ప్రజలకు ఈసంస్కరణలు ఫలితాలు అందేలా జాగ్రత్త వహించాలని అభి భాషించారు.

ఈ ఆర్థిక సంస్కరణల్ని వ్యతిరేకిస్తున్నవారు ముఖ్యముగ వామ పక్షాలువారు ఈ సంస్కరణలు (సరళీకృత ఆర్థిక విధానం) సంపదల్ని

సృష్టించకుండ లాభాల్ని దండుకొనే విధానమిదియని భవిష్యత్‌కు ప్రమాదకరమని ధనికుల్ని మరింత ధనికులను చేస్తుంది తప్ప నిర్ధనికుల ఇదేమి ఉపకరించదని వామ పక్షాల విమర్శల్ని కురిపిస్తున్నవి.

ఏదేశం దశదిశల్ని నిర్ణయించేది. ఆదేశపు ఆర్థికవిధానం ఆదేశపు సార్వభౌమాధికారం - ఆదేశ నాయకత్వమే- ప్రభుత్వమే అన్ని సదుపాయాలు ప్రయోజనాల్ని కల్పించే సంక్షేమ రాజ్యవిధానం బదులుగ ఎవరి ప్రతిభా సమర్థ్యాల మేరకు వారు బ్రతకాలని ప్రభుత్వాంలో భాగస్వాములుగ ఉండాలన్న పెట్టుబడిదారీ విధానం కలిగేదిశగ ఉంటున్నది. అన్ని వైపులనుండి విమర్శలు వచ్చాయి.

దేశ మాజీ ఆర్థిక మంత్రి- సీనియర్ కాంగ్రెస్‌నేత- మన్మోహన్‌సింగ్ వీటిపై వివరణ నిస్తూ నూతన ఆర్థిక విధానమే దేశంలో నిజమైన ఆర్థిక స్వావలంభనకు సాధించగలదన్నారు దేశ ఆర్థిక సార్వభౌమత్వాన్ని విదేశాలకు కాంగ్రెస్‌పార్టీ ఎన్నడు- తాకట్టు పెట్టదు- పెట్టలేదు అన్నారు.

ప్రతిపక్షపార్టీలు- రాజకీయాలు కోసం చేస్తున్న దుష్ప్రచారమే తప్ప నెహ్రూ ఆర్థిక విధానలనుండి కాంగ్రెస్‌పార్టీ పై దొలగలేదు ఈ ఆరోపణ నిజానికి అవాస్తవిక నిందాపూరితం అని అన్నారు. సంస్కరణ లధ్యేయం- దారిద్రనివారణ -అజ్ఞానాన్ని పటాపంచలం చేయుడం జనసౌభాగ్యం కోసమే కాంగ్రెస్‌పార్టీ కనినకలలన్ని నిజం చేయుటానికి ఈ సంస్కరణలు ఆచరణలో తప్పటడుగు వేసిన సంస్కరణల ప్రభావం తప్పు ద్రోవపట్టవచ్చును అన్నారు.

డంకెల్ ఒప్పందం- విశ్వస్థాయిలో అనేకదేశాల అంగీకారంతో జరిగింది 135 దేశాల ఈ ఆర్థిక ఒప్పందంనుండి ఆసియాలో అతిపెద్ద జనాభా దేశమైన ఇండియా విడిపోయి స్వతంత్రంగా జీవించలేదు వరల్డ్ మార్కెట్‌వ్యవస్థలో భారీమార్పులు చోటు చేసికున్నాయి. దేశంలో గల ఆర్థిక స్థితిగతులోను మార్పులు చేర్పులు వచ్చాయి. నిజానికిదొక నూతన ఆర్థిక విధానం కాదు ఇది. నెహ్రూ ప్రణాళికా విధానంలో కొన్నింటిని సరళీకృతం చేసాం అంతే అందుకే వీటిని ఉదార ఆర్థిక సంస్కరణలు అన్నాం. తప్ప ఇదేమి ఒక ప్రత్యేకమైన ఆర్థికవిధానం కాదు సంస్కరణలు మాత్రమే- ప్రధానమైన నెహ్రూజీ స్వదేశి సోషలిజం నుండి

కాంగ్రెస్ ఎన్నడు పయి దొలగలేదు. విశ్వ ఆర్థిక కుటుంబంలో మన దేశము ఒక సభ్యురాలిగనే ఉండాలి- ఉండక తప్పదు.

దేశం దిగుమతులు చేసుకున్న వస్తువులకు 90% సొమ్మును ఎగుమతుల వలన వస్తున్న డబ్బునే చెల్లిస్తున్నాం విదేశీ నిల్వలు పుష్కలంగ ఉన్నాయి. దేశంలోని పరిశ్రమల్ని- సాంకేతిక శాస్త్రీయనైపుణాల్ని దెబ్బతీసే విధముగ- విదేశీ పెట్టుబడులను మనం స్వీకరించలేదు స్వీకరించం అన్నారు.

మనదేశ పార్లమెంట్ చేసే చట్టాల మేరకే వీటికిలోబడి విదేశీ పరిశ్రమలు ఇచట పనిచేస్తున్నాయి. అవేమి సర్వ స్వతంత్ర్యాధికారాల్ని కలిగినవికావు.

అంతేగాక- రాష్ట్రముఖ్యమంత్రులు వారివారి రాష్ట్రాలలో సరళీకృత ఆర్థిక విధానాల్ని అనుసరిస్తున్నారు. వామపక్ష పార్టీనాయకత్వంలోనున్న - పశ్చిమబెంగాల్ రాష్ట్రం కూడ సరళీకృత ఆర్థికవిధానాన్ని బట్టి అప్పులకోసం విదేశాలకు పరుగిడుతున్నది. ఆర్థిక విధానాన్ని బలపరుస్తున్నది. అయితే సంస్కరణలేవైన-వాటిని మనం అమలు చేయటంలో ఖచ్చితంగా ప్రమాణాల్ని పాటించడంలోను- అవి సత్ఫలితాల్ని ఇస్తుందా! దుష్ఫలితాల నిస్తున్నదా అని తెలిసికోగలం- కొన్నాళ్లు గతించినగాని ఏ సంస్కరణలైన ఎంత ప్రభావాన్ని దేశప్రజలపై చూపించినది-తెలిసికోలేం నెహ్రూ సామ్యవాద తరహా సమాజ నిర్మాణమే కాంగ్రెస్‌పార్టీ నిరంతర ధ్యేయం తన గమ్యం మార్గ దర్శకం.

కలకత్తా- కాంగ్రెస్- ప్లీనరీ- మహాసభ ఆర్థిక తీర్మానం :-

1997లో వృద్ధ కాంగ్రెస్‌నేత-సీతారాం కేసరి- అధ్యక్షతన కలకత్తా- కాంగ్రెస్ -ప్లీనరీ-మహాసభ జరిగింది. ఈ సభలో కాంగ్రెస్ పార్టీ తన ఆర్థిక విధానమును మరల మరొక మారు పునః పరిశీలనచేసి తగు వివరణలనిచ్చింది.

తీర్మానం:-పేదప్రజలను-కేంద్రబిందువుగ నిలిపి- ఆర్థికవిధానాల్ని- రూపొందించు కోవాలన్నది- జాతిపిత-మహాత్మాగాంధీజీ-సలహా తన ఆర్థికవిధాన నిర్ణయాలకు- మౌలికంగా కాంగ్రెస్ పార్టీకి- ఈ సలహా- మార్గదర్శకం చేస్తుంది.

మహాత్మాగాంధీజీ తెలిపిన 18 అంశాల జాతీయ పునర్నిర్మాణ ఆర్థిక కార్యక్రమాన్ని కాంగ్రెస్ పార్టీ విస్మరించదని - గాంధేయవిధానాల్ని కాంగ్రెస్‌పార్టీ విడనాడదని- ఈ ''తీర్మానాంశం'' స్పష్ట పరుస్తుంది.

తీర్మానం :-

''ప్రభుత్వరంగ సంస్థల యాజమాన్యాలకు(Public sector) వాటి నిర్వహణలో- సంపూర్ణస్వేచ్ఛను ఇవ్వడమేగాక - ప్రైవేట్‌రంగ సంస్థలకు (Private sector) అన్ని రకాల సౌకర్యాల్ని అందుబాటులోకి తీసికొని రావాలి. పూర్తి స్థాయిలో పబ్లిక్- ప్రైవేట్‌రంగసంస్థల్ని సామర్థ్యంతో- పనిచేసే తగిన వాతావరణం కల్పించాలి. నెహ్రూజీ నెలకొల్పిన-సామ్యవాద తరహా సమాజ నిర్మాణానికి కాంగ్రెస్‌పార్టీ కట్టుబడి ఉంటుందని -పబ్లిక్ ప్రైవేట్‌రంగాల్ని రెండింటిని సమపాళ్లలో ప్రాధాన్యత నిస్తుందన్నది ఈ తీర్మానాంశం మనకు స్పష్టపరుస్తుంది.

తీర్మానం :-

''1977 ఏప్రిల్ నుండి 1979 డిశంబరు వరకు- మరల 1989 నవంబరు నుండి 1991 మే వరకు- కాంగ్రెసేతర ప్రభుత్వాలలో అనుసరించిన అనుచిత ఆర్థిక విధానల వలన -దేశ ఆర్థిక పరిస్థితి బాగాక్షీణించింది.'' ఇందిరాగాంధీ ప్రవేశపెట్టిన 20 సూత్రాల ఆర్థిక కార్యక్రమాలు సమసమాజ నిర్మాణానికి అత్యంతావశ్యకమని- కాంగ్రెస్‌పార్టీ భావిస్తూ ఈ ఆర్థిక కార్యక్రమం నుండి బయటపడినందుననే కాంగ్రెసేతర ప్రభుత్వాల పాలనలో-దేశ ఆర్థిక పరిస్థితిబాగా క్షీణించిందని పార్టీ తెలియజెప్పింది. పారిశ్రామికోత్పత్తి కుంటుపడింది. ద్రవ్య పరిస్థితి బాగాలేదు. ధరలను నియంత్రించలేకపోతున్నాం. నిరుద్యోగనివారణ చేయలేక పోతున్నారని- పేదప్రజల ప్రయోజనాల్ని కాపాడలేకపోతున్నారని కాంగ్రెసేతర ప్రభుత్వాల పాలనను కాంగ్రెస్‌పార్టీతన తీర్మానంలో దుయ్యబట్టింది.

కలకత్తా కాంగ్రెస్- ప్లీనరీ మహాసభలో- తీర్మానించిన ఆర్థికతీర్మానంలో ఇంకా అనేక విషయాల్ని ప్రస్తావించినది. ''స్వదేశీ - విదేశా అంతర్జాతీయ మార్కెట్‌లో భారతీయ పారిశ్రామిక వేత్తలు- విదేశీ పెట్టుబడిదారులతో శక్తివంతంగ పోటీపడేందుకు వీలుగ -సహేతుకమైన చర్యలు తీసికోవాలి.

''అత్యున్నత -స్థాయి-సాంకేతిక పరిజ్ఞానం లేకుండ వినిమయ వస్తుత్పత్తి రంగానికి విదేశీ పెట్టుబడులను అనుమతించేందుకు స్వదేశీవిధానాల్ని ప్రోత్సహించరాదు .

నేపథ్యంలో-కాంగ్రెస్‌పార్టీ-దరిమిలా చేపట్టిన ఆర్థిక సంస్కరణలు -ఫలాఫలితాల్ని మరల విశ్లేషించుకోవడం జరిగింది. నిజానికి- ఉదార ఆర్థిక విధానం (Liberalised Economy) లేక సరళీకత ఆర్థికవిధానం- ఒక ఆర్థిక వ్యవస్థను తలపించేదిగ సృష్టించేదిగ ఉండదు. ఉన్న ఆర్థిక వ్యవస్థలో కొన్ని మార్పుచేర్పులను కాలానుగుణంగా దేశీయావసరాలు ప్రపంచ మార్కెట్ వ్యవస్థను దృష్టిలోనిడికొని -చేయతలపెట్టినవి- ఆర్థిక సంస్కరణలగ చెప్పబడతాయి.

అందుకే ఒకనాడు నెహ్రూ స్వదేశీ సోషలిజాల్ని (సామ్యవాద తరహా సమాజనిర్మాణానికి) అసంగతమని-అవాస్తవికమని అపహాస్యం చేసిన మనదేశంలోని స్వదేశీ స్వావలంబన ఆర్థిక విధానగొప్పదని డప్పుకొడుతున్న ఒక జాతీయపార్టీతోపాటు చైనా- రష్యావంటి సోషలిష్టుదేశాలు- నేడు ''సోషలిజంసాధనలో'' ''ప్రాథమిక స్థాయి'' అని పేరుపెట్టుకొని- ఏనాడో మన నెహ్రూజీ దూరదృష్టిలో భారత్‌లో ప్రవేశపెట్టిన-''సోషలిష్టు మార్కెట్ ఆర్థిక వ్యవస్థను'' అమలుచేయ నువ్విళ్లూరుతున్నాయి.

శ్రీమతి సోనియాగాంధీ ప్రకటనపాఠం :-

కలకత్తా కాంగ్రెస్ ప్లీనరీ మహాసభ-ప్రత్యేకాహ్వానితురాలిగా పాల్గొనిన-శ్రీమతి సోనియాగాంధీ-తన ప్రసంగంలో-తన ప్రకటన పాఠాన్ని చదివి-సభలో వినిపించారు. నెహ్రూజీ- ఇందిర-రాజీవ్‌లు అనుసరించిన కాంగ్రెస్‌పార్టీ సోషలిష్టు ఆర్థిక సిద్ధాంతంలో-మార్పులుండవలని ప్రకటించారు.

''నెహ్రూ ఆర్థిక విధానాల నుండి ప్రణాళికా ఆర్థికవిధానం-ప్రజావస్తు పంపిణీ విధానం-కాంగ్రెస్ పార్టీ ఎన్నటికీ పయిదొలగదు. పయిగ వీటిని పటిష్టముగ అమలు పరుస్తుంది. ఉదార ఆర్థికవిధానాల్ని కాంగ్రెస్‌పార్టీ అనుమతించడం నెహ్రూజీ ఆర్థికవిధానాలకు సఫలీకృతం చేయుటానికి తప్ప అన్యథాకాదు. మనప్రియతమ నాయకురాలు-భారతదేశ మాజీ ప్రధాని ఇందిర హాయంలోనే-

మనదేశ రాజ్యాంగాన్ని సవరిస్తూ- కాంగ్రెస్‌పార్టీ సాధించదలచిన లక్ష్యాల్ని ఆశయాల్ని పేర్కొన్నది. కాంగ్రెస్‌పార్టీ ఇప్పటికే ఈ విధానాలకే కట్టుబడి ఉంది. సామ్యవాద తరహా సమాజనిర్మాణమే తన ధ్యేయముగ ప్రకటిస్తున్నది. నెహ్రూజీ స్వదేశీ సోషలిజం నుండి కాంగ్రెస్‌పార్టీ ఎన్నటికి పంయిదొలగదు. శ్రీమతి ఇందిరాగాంధీ- ఆర్థికకార్యక్రమాన్ని విడవదు- కాంగ్రెస్‌పార్టీ- ఉదార ఆర్థికవిధానాల్ని ఆర్థిక సంస్కరణల్ని విడవటమన్న ప్రశ్న తలెత్తదు కారణం కాంగ్రెస్‌పార్టీ తన ఆర్థికవిధానాల్ని- విజయవంతం చేయుటానికి తగిన ఈ రీతిలో ఆర్థిక సంస్కరణల్ని వినియోగించుకుంటుంది.

కలకత్తా కాంగ్రెస్‌ప్లీనరీ మహాసభ- ఆమోదించిన ఆర్థికతీర్మానం- పరిశీలించిన- ఆసభలో- శ్రీమతి సోనియాగాంధీ- వినిపించిన ప్రసంగం పాఠాన్ని పరిశోధించిన " ఉదార ఆర్థిక విధానాల్ని కాంగ్రెస్ పార్టీ చేపట్టిన ఇందలి ఏమైన అసంగతాలున్న వాటిని ఆవతలికి నెట్టి- ఆర్థిక సంస్కరణల్ని సమర్థవంతంగా అమలుపరుస్తూ సామ్యవాద తరహాసమాజనిర్మాణానికి- తను పూర్తిగ కట్టుబడి ఇప్పటికి ఉంది అన్నది స్పష్టపడుతున్నది. నెహ్రూజీ ప్రణాళిక ఆర్థికవిధానం- ప్రజావస్తు పంపిణి విధానం- కాంగ్రెస్ ఎన్నటికి విడనాడదు - విడనాడలేదు పబ్లిక్ ప్రైవేట్‌రంగాల రెండింటిని- సరిసమాన ప్రాతినిధ్యం - ప్రాధాన్యతల నివ్వగలదని తెలుస్తున్నది.

ఇప్పటికి మన స్వర్ణోత్సవభారతి- నిరక్షర భారతి- నిర్ధనిక భారతి అర్థశాతం ప్రజలు నిరక్షరాస్యులు- **25%** ప్రజలు నిరుద్యోగులు **25%** ప్రజలు నిర్ధనికులు.

సంక్షేమరాజ్యవిధానాల్ని (welfare state policy) సాంఘిక న్యాయసాధన మేరకు (Social Justice) అమలు పరిస్తేనే తప్ప భారతదేశ ఆర్థిక స్థితిగతులు బాగుపడవు.

"ప్రభుత్వమే అన్ని చేయాలన్నది" కాలదోషం పట్టిన సిద్ధాంతమని దేశాభివృద్ధికి ప్రైవేటీకరణ శరణ్యమని- ప్రభుత్వమే అన్ని సదుపాయాల్ని ప్రయోజనాల్ని- పౌరులకు కల్పించలేదని- ఎవరు చేయగలిగిన వారు ఎవరికి సామర్థ్యం ఉందో వారందరికి ప్రభుత్వంలో భాగస్వామ్యం ఉంటుందని ప్రపంచం

మొత్తం ప్రైవేటీకరణ దిశవైపు పయనిస్తుంది. మనము అదే మార్గములో పయనించడం తప్పదు అని పేదల సంక్షేమాన్ని పణంగా పెట్టి మూల్యంచెల్లించ గలవారికే ఇచట ముఖ్యసేవలని- ఆర్థిక సంస్కరణల చాటున- పెట్టుబడిదారీ విధానాల్ని పెంచి పోషిస్తూ- అన్నింటిని ప్రైవేటీకరణ చేయడంమొక మహాఘణ కార్యమని చెపుతూ ఇందుకు తలకు మించిన అప్పులు చేస్తూ వృత్తినైపుణ్యం పని సామర్థ్యం కొరవడిన- అసంఖ్యాక పల్లె ప్రజలకు ఉపకరించని హైటెక్ విధానాల్ని ఏరాష్ట్రంలోనైనా- కేంద్రంలోనైనా చేపట్టిన- శ్రీమతి సోనియాగాంధీ నాయకత్వాన సామ్యవాద సిద్ధాంతబాటలో నడుస్తున్న అఖిలభారత కాంగ్రెస్‌పార్టీ ఖండిస్తుంది. అన్నది తన కలకత్తా కాంగ్రెస్ ప్లీనరీ మహాసభలో ప్రవేశపెట్టబడిన ఆర్థిక తీర్మాన పాఠంలో మనకు స్పష్ట పడుతుంది.

జాతీయకాంగ్రెస్‌పార్టీ అధ్యక్షురాలు- శ్రీమతి సోనియాగాంధీ భావన మేరకు భారతదేశం బీదదికాదు- భారతదేశ ప్రజలే బీదవారు పెట్టుబడిశక్తుల్ని- ఉత్పత్తి శక్తుల్ని సమైక్యపరచి- నడిపించగల- నెహ్రూసోషలిష్టు మార్కెట్ వ్యవస్థనుండి భారతదేశం దూరం కావడమే మనదేశ ఆర్థికస్థితిగతుల్లో అభివృద్ధి అభ్యుదయం- సంభవించలేదని ప్రకటిస్తున్నారు ప్రతిచోట ప్రతి బహిరంగ సభలో ఉద్ఘాటిస్తున్నారు. ఆర్థిక స్వావలంభనకు మన ఆర్థిక సంస్కరణలకు ఊపునివ్వగలవిగ ఉండాలి తప్పించి- దేశ ఆర్థిక సార్వభౌమత్వాన్ని విదేశీ అప్పుల ఋణ మార్కెట్‌లో- మనదేశాన్ని తాకెట్టు పెట్టేవిగ ఉండరాదుంటు శ్రీమతి సోనియా ఉద్ఘాటిస్తున్నారు.

శుభం- శ్రీమతి సోనియాగాంధీ- భావి- భారత- ప్రధానిగ అనతి కాలంలోనే- అధికార పీఠాన్ని అలంకరించి దేశ భావి భాగ్యోదయానికి ధృవతారగ నిలవాలని అందరం ఆకాంక్షిద్దాం.

The true meaning of socialism is take care of the week, of the down trodden of the vulnerable sections of your society

Equality of apportunity we can provide, equality of achievement we canot bring about

To provide apportunity that is the business of the state, to enable everyone to rise himself up that is the purpose of any kind of socialist state

JAWAHARLAL NEHURU

కాంగ్రెస్ - పార్టీ - ప్రణాళిక
-సంక్షిప్తం-

ఉత్తరాంధ్రాలో కాంగ్రెస్‌కు - మకుటంలేని మహారాజు

శ్రీ ద్రోణం సత్యన్నారాయణరాజు M P

రాష్ట్ర పి. సి. సి. ఉపాధ్యక్షులు

వంగపండు

ఆర్థిక సంస్కరణలు :- (Economic Reforms)

నెహ్రూజీ సామ్యవాద తరహా సమాజ నిర్మాణానికి కట్టుబడి ఉంటాం. ప్రణాళికావిధానం- ప్రజాపంపిణీ వ్యవస్థ- కొనసాగింపు మాధ్యేయం. పబ్లిక్ - ప్రైవేట్ రంగాల రెండింటికి సమపాళ్లలో తగిన ప్రాతినిధ్యం- ప్రాముఖ్యతను కల్పిస్తాం- ఆర్థిక సంస్కరణలకోసం- కృషిచేస్తాం- ఉదార ఆర్థికవిధానాలకు పార్టీ అనుకూలమైన " ఆర్థికస్వరాజ్ " కోసం నిరంతరం అధ్యయనం చేస్తూదీనిని- అమలుపరుస్తాం స్వావలంభనకు స్వదేశీ ఆర్థికవిధానానికి నిత్యం చేయూతనిస్తాం. అదే స్థాయిలో విదేశీ పెట్టుబడులను మనదేశ ఆర్థిక స్థితిగతుల్ని అధిగమించని రీతిలో ఆహ్వానిస్తాం-దేశ ఆర్థిక స్థితిని పుంజుకొనేలా చేస్తాం. అంతర్జాతీయ ఒప్పందాల్ని గౌరవిస్తూ- ప్రజా పంపిణి వ్యవస్థకు అంగీకరిస్తాం ప్రవేట్‌రంగానికి పెట్టుబడిదారుల దోపిడీల్ని ఒక ప్రక్క అరికడుతూ వేరొక ప్రక్క పబ్లిక్‌రంగంలో ప్రభుత్వపెట్టుబడుల్ని- హెచ్చిస్తాం- సాంఘిక సంక్షేమ రాజ్యసాధనమై ప్రభుత్వాన్ని నడిపిస్తాం.(Welfare state)

లౌకికవాదం :- (Secularism)

హిందువులు- ముస్లింలు- క్రైస్తవులు- సిక్కులు ఎల్లరుభారతీయులే మతాతీతమైన పాలనకు కట్టుబడి ఉంటాం. కుల- మత- వర్ణ- వర్గాలకు అతీతమైన స్థాయిలో- సమసమాజ నిర్మాణమే మాధ్యేయం మతాన్ని- రాజకీయాలతో ముడి పెట్టం వీటిని వేరు వేరుగ చూస్తాం- సర్వధర్మసమ భావమును ప్రకటిస్తాం భిన్నత్వంలో ఏకత్వం- ఏకత్వంలో భిన్నత్వం- మావిధానం ఆరాధన స్వేచ్ఛను మతస్వేచ్ఛను- ప్రకటించిన భారత రాజ్యాంగాన్ని గౌరవిస్తాం- మతాతీత పాలనకు శ్రీకారం .

విదేశాంగ విధానం :- (Forign Policy)

ఏ దేశాల కూటమిలో చేరని శాంతియుత సహజీవనం-నేడు మరల తటస్థించగల విదేశాంగ విధానాన్ని అమలుపరుస్తాం. గత కాంగ్రెస్‌నేతలు పాటించిన

విదేశాంగ విధానాన్ని అనుసరించం. దేశసార్వభౌమాధికారానికి హానికలిగించే విదేశాంగ విధానమును అనుస్తాం ఇరుగు పొరుగు దేశాలతో సత్సంబంధాల్ని నడుపుతాం- దక్షిణాసియా -స్వేచ్ఛా-వాణిజ్యా రంగం ఏర్పాటు-దేశంలో పాకిస్తాన్ దన్నుతో చెలరేగుతున్న-తీవ్రవాదుల్ని అణిచివేస్తాం- ఆటంకవాదుల్ని నిరోధిస్తాం- రష్యా అమెరిక - దేశాలతో సన్నిహిత సంబంధాల్ని నెరపుతాం-పూర్తి నిరాయుధకరణకు కృషిచేస్తాం- అణువిధానం కొనసాగిస్తాం.

మైనారిటీ వారి-హక్కుల సంరక్షణ :-(Minority right)

భారతరాజ్యాంగం మేరకు-అనుమతించబడిన-అన్నిపెర్సనల్‌లాస్‌కు తగిన గౌరవిస్తాం- ఉమ్మడి సివిల్‌కోడ్‌ను తిరస్కరిస్తాం -మైనారిటీల అభ్యుదయానికి - 20 సూత్రాల ఆర్థిక కార్యక్రమాన్ని చేపడతాం ఇందుకు ప్రత్యేక మంత్రిత్వశాఖను నెలుకొల్పుతాం - మైనారిటీలకు ఉన్నత న్యాయ కమీషన్ ఏర్పాటు చేస్తాం అయోధ్య వివాదంలో సుప్రీకోర్టు రూలింగునకు కట్టుబడి ఉంటాం. రిజర్వేషన్ సౌకర్యాల్ని O B C జాబితాలో వెనుకబడిన మైనారిటీ వర్గాల వారికి స్థానం కల్పిస్తాం.

వ్యవసాయం :- (Agriculture)

భారత్‌వ్యవసాయకదేశం-మనదేశ ఆర్థికవ్యవస్థకు- ఈ రంగమే ప్రధానభూమిక వ్యవసాయ ప్రాదాన్యత పరిశ్రమలకు ప్రథమస్థానం వ్యవసాయం ఒక పరిశ్రమ అని గుర్తిస్తాం-వ్యవసాయా ధార పరిశ్రమల్ని నెలకొల్పుతాం గృహపరిశ్రమకు సాంప్రదాయక వృత్తులకు -తగిన ప్రోత్సాహకాల్ని సమకూరుస్తాం భూసంస్కరణల్ని అమలుపరుస్తాం-బంజరు భూముల్ని-భూములు లేని పేదలకు పంచి వాటిని అభివృద్ధిపరుస్తాం అడవుల పెంపకాన్ని ప్రోత్సహిస్తాం.

నీటి పారుదల :- (Irrigation)

నీటిపారుదల పథకాలకు అవసరమైన నిధుల్ని హెచ్చిస్తాం- అసంపూర్తిగా ఉన్న- నదీ ప్రాజెక్టుల్ని నిర్థిష్టకాలంలో పూర్తిచేసి- బీడు భూముల్ని ఉపయోగ భూములుగ వినియోగులోనికి తెస్తాం- బోరు- బావుల- పునర్ధరణకు- వ్యవసాయ బావుల- చెరువుల నిర్మాణం- అంతరాష్ట్రీయ నదీజలాల్ని పంచడంపై జాతీయస్థాయిలో ఏకాభిప్రాయసాదన చిన్ననీటి వనరులను వినియోగంలోనికి తెస్తాం.

విద్యుత్‌రంగం :- (Power Projects)

కామన్ ఎకనమిక్ ఏక్షన్‌ప్లాన్ అమలుపరుస్తాం-9వ ప్రణాళికలో ఏటా 8 వేల మెగావాట్ల విద్యుత్తును ఉత్పత్తి చేస్తాం ఇందుకు ప్రభుత్వ పెట్టుబడుల్ని పెంచాలి విదేశీ పెట్టుబడులను ప్రోత్సహిస్తాం విద్యుత్‌సంస్కరణల్ని ప్రవేశపెడతాం.

సంక్షేమరంగం :- (Welfare state)

ఉదార అర్థిక విధానాల్ని చేపట్టినను నెహ్రూసామ్యవాద తరహా సమాజ నిర్మాణంలో అశ్రద్ధ వహించడం- జరగదు. దళితులను-వెనుకబడిన వారిని నిరుపేదలను తగినరీతిలో ప్రభుత్వం తన సేవల్ని అందిస్తూ సాంఘిక సంక్షేమ రాజ్య సాధనకు కృషిచేస్తుంది. విద్య - ఆరోగ్యం సాంఘిక సంక్షేమ ప్రజలందరూ పొందేలా చూస్తాం. వృత్తిలో నైపుణ్యం-పనిసామర్థ్యం ఎల్లరు పొందేలా చూస్తాం. ప్రత్యేకంగా ఇందుకోసం కొన్ని చర్యల్ని తీసికొంటాం- సాంఘిక న్యాయసాధనకోసం నిర్విరామంగ కృషిచేస్తాం.

ప్రజాపంపిణీ వ్యవస్థ :-(Public-Distributory System)

స్వల్పాదాయ వర్గాలవారికి వెనుకబడిన బలహీనవర్గాల వారికి సబ్సిడీరేట్లపై- జీవనావసర వస్తువుల్ని ప్రజావస్తుపంపిణీ విధానం ద్వారా సరఫరా చేస్తాం ప్రజాపంపిణీ వ్యవస్థను పటిష్టం చేస్తాం ఆహార నిల్వాలు సమృద్ధిగ నిల్వ

ఉండేలా చూస్తాం. F-C-I ను పటిష్ఠ పరుస్తాం ప్రాణాళికా ఆర్థికవిధానమును అమలుపరుస్తాం.

అవినీతికర చర్యలనివారణ :- (Removal of anti social elements)

లోక్‌పాల్‌వ్యవస్థను ఏర్పాటుచేస్తాం- అవినీతిని తావిచ్చే నియంత్రణల్ని- ఎత్తివేస్తాం-C B I కి స్వతంత్ర్యకల్పిస్తాం- పదవులలోనున్న ప్రజాప్రతినిధుల వ్యక్తిగత ఆస్తిపాస్తుల్ని పూర్తిగ ప్రకటించేలా చూస్తాం- ఏరంగంలోను అవినీతిని పూర్తిగ అరికట్టనీతి వంతమైనపాలన మార్గగామిగ కాంగ్రెస్ పార్టీ నిలుస్తుంది సుస్థిరత- సమర్ధతల ప్రాతిపదికగల పరిపాలనను కొనసాగిస్తాం. అవినీతికర చర్యల్ని నిర్ధాక్షిణ్యంగా అణచివేస్తాం.

" Without effort there is no plan
Without work there is no progress"

"Nehuru wished to Build a civilized state
Based on science and socilisam
Not on Fanaticism and monopoly"

Still we have large concentration of power and wealt in a few hands And misery wids spred over large number of people, It is not possible for us, to say that we have adopted a socialist garb.

Dr.S. RADHAKRISHNAN

"Secularism is respect for all faiths"
-Nehuru-

అనుబంధం

(Appendix)

ఆంధ్రప్రదేశ్ రాష్ట్ర కాంగ్రెస్‌పార్టీ రథ సారధి

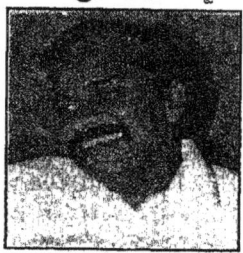

డా॥ వై.యస్. రాజశేఖర రెడ్డి MP

భారత దేశ భాగ్యదాత ఎన్నటికి కాంగ్రెస్‌పార్టీయేం

ఎదో ఆవేశం - దురాలోచనతోగాక ఆలోచనతోదూరాలోచనతో ఒకే ఒక మాట చెప్పగలను. స్వాతంత్ర్యానంతరం కాంగ్రెస్‌పార్టీ పై అప్పుడప్పుడు భారత ప్రజానీకం చిరుకోపం-అనుగ్రహ ఆగ్రహం- చూపుతున్నారే తప్ప ఎన్నడు కాంగ్రెస్ పార్టీని తప్పుడు అంచనా వేయలేదని ఒకే ఒక ఉదహారణ దేశ స్థాయిలో జరిగిన పార్లమెంట్ ఎన్నికలల్లో కాంగ్రెస్ పార్టీని అధికార పక్షంలో నిలపారు. లేదా బలమైన రాజకీయ ప్రతిపక్షంగా నిలుపుతున్నారు. ఇన్నేండ్ల కాలంలో కాంగ్రెస్‌పార్టీ ఇతర పార్టీలవలె ఇది ఎన్నడు నామమాత్రమైన పార్టీగ మారలేదు.

విభజన కాంగ్రెస్‌పార్టీ :-

1969లో దేశస్థాయిలో విభజనకు గురిఅయిన కాంగ్రెస్ మరల పుంజుకొని అనతికాలంలోనే శ్రీమతి ఇందిరాగాంధీ అద్వర్యమున పునర్విజృంభించింది. దేశ రాజకీయ చిత్రపటం నుండి కాంగ్రెస్‌పార్టీ ను తొలగించటానికి ప్రత్యూర్థి వర్గాలు ప్రతిపక్షాలు చేయని ప్రయత్నమంటూలేదు.

గ్రాండ్ ఎలియన్స్ :-

1971లో ఇందిరాగాంధీ కాంగ్రెస్‌ను మట్టికరిపించ కాంగ్రెస్‌లో ఏర్పడిన సిండికేట్ ఆర్గనైజేషన్ కాంగ్రెస్‌గ రూపొంది నిజ లింగప్ప అద్వర్యమున తలపడింది. అర్సు కాంగ్రెస్ కూడా అదృశ్యమైంది. ఇందిరా కాంగ్రెస్ నిలబడింది. స్వతంత్ర్యపార్టీ నాయుకుడు రాజగోపాలాచారి ఆర్గనైజేషనల్ కాంగ్రెస్ పార్టీనాయకుడు నిజలింగప్ప నాటి జన సంఘనాయకుడు ఎల్.కె. అద్వాని గ్రాండ్ ఎలియన్స్‌గా కూడిన ఇందిరా కాంగ్రెస్‌ను ఎదిరించలేకపోయారు.

జనతాపార్టీ :-

1977లో జె.పి నాయకత్వాన కాంగ్రెస్, (ఎస్) జనసంఘం, భారతీయ క్రాంతిదళ్, సోషలిష్టుపార్టీలు కాంగ్రెస్ పార్టీని ఎదిరించ -తమ తమ పూర్వరూపాలను మార్చుకొని ''జనతాపార్టీగ'' అవతారమెత్తారు. ఎన్నికలలో జనతాపార్టీ అధికార పక్షం ప్రతిపక్షం కాంగ్రెస్‌పార్టీయేం. కేంద్రప్రభుత్వం మెురార్జీనాయకత్వాన ఏర్పడింది. జనతాపార్టీ అధ్యక్షులు చంద్రశేఖర్ శ్రీమతిగాంధీ పార్లమెంటులో ప్రతిపక్షనాయకురాలుగా నిలచారు. తదుపరి చరణ్‌సింగ్ ప్రధానిగ వచ్చారు-వెళ్లారు.

కాంగ్రెస్ పునర్విజృంభన :-

1980 సంవత్సరం ఎన్నికలలో మరల కాంగ్రెస్ పార్టీ అగ్రస్థానంలోకి వచ్చింది. జనతాపార్టీ ముక్కలైంది. ఓటమిపొందినది తడువుగ మరల పూర్వరూపాల్ని వేర్వేరు పేర్లుతో ధరించాయి. నాటి జన సంఘం నేటి

భా.జ.పాగా మారింది. నాటి బి.కె.డి. జనతాదళ్‌గా మారింది. కాంగ్రెస్ (ఎస్) ఆర్గనైజషనల్ కాంగ్రెస్‌గా అవతారమెత్తింది. సోషలిష్టుపార్టీ సమాజవాది పార్టీగ రూపదాల్చింది. ఎందరో ఎన్నో పార్టీలు తలక్రింద పెట్టి తపస్సు చేసిన ఇందిరా కాంగ్రెస్ పూర్వ వైభవాన్ని ఏమాత్రం తగ్గించలేకపోయారు. ఎన్ని పిల్లిమొగ్గలు వేసినశ్రీమతి ఇందిరా గాంధీ బడుగు ప్రజల భాగ్యదాతకాదని ఎంచలేకపోయారు. ఇందిర మరల దేశ ప్రధాని కాగలిగారు.

రాజీవ్‌గాంధీ నాయకత్వం :-

1985లో ఇందిరాగాంధీ హత్యానాంతరం రాజీవ్‌గాంధీ కాంగ్రెస్ పార్లమెంటరీ పార్టీకి నాయకత్వం వహించారు. దేశ ప్రదాని కాగలిగారు. పార్లమెంట్ ఎన్నికలలో ఘనవిజయం సాధించారు. దేశ ప్రదానిగ ఎన్నో రాజ్యాంగ సంస్కరణలని చేసారు. **18** సంవత్సరాలకి ఓటింగ్ హక్కు. ఢిల్లీ నుండి గ్రామపంచాయితీలకు రోజ్‌గార్‌నిధులను రప్పింపు **83-84** రాజ్యాంగ సంస్కరణల ద్వార పంచాయితీ ప్రజాస్వామ్యపాలనకు స్వీకారం. దేశ వాతావరణ సమతౌల్యానికి చెట్లను పెంచడం. జనభావత్తిడిని తగ్గించడానికి కుటుంబ నియంత్రణ కార్యక్రమాలను చేపట్టడం జరిగింది.

నేషనల్ ఫ్రంట్ :-

89 నుండి**91** వరకు కాంగ్రెసేతర పార్టీలు కేంద్రప్రభుత్వాల్ని ఏర్పరిచాయి. నేషనల్‌ఫ్రంట్ ఛైర్మెన్ ఎన్.టి. ఆర్. దేశ ప్రధాని వి.పి.సింగ్. దేశ ఉప ప్రధాని దేవీలాల్. మండల్ కమీషన్ ఉద్యమం ఒకవైపు బాజాపా రథాయాత్ర ఒకవైపు వి.పి.సింగ్ రాజీనామా చేసారు. కాంగ్రెస్ పార్టీ మద్దతుతో చంద్రశేఖర్ ప్రధాని కాగగలిగారు.

కాంగ్రెస్‌పార్టీపునర్విజృంభన :-

1991లో రాజీవ్‌గాంధీ హత్యానంతరం మరల భారత ప్రధానీకం కాంగ్రెస్‌పార్టీని గెలిపించింది. అత్యధిక సంఖ్యాబలాన్ని పార్లమెంట్‌లో సంపాదించింది. శ్రీ పి.వి.నరసింహారావు కాంగ్రెస్‌పార్టీ నేతగ ఎన్నికయ్యారు. ఆర్థిక మంత్రి మన్‌మోహన్‌సింగ్ ఈ పరిపాలనా కాలంలోనే ఉదార ఆర్థిక విధానాలను కాంగ్రెస్‌పార్టీ చేపట్టింది. ఆర్థిక సంస్కరణలపేర కొన్ని మార్పు చేర్పులను తదాదిగ వస్తున్న కాంగ్రెస్‌పార్టీ అర్థిక విదానంలో జూప్పించింది.

యునైటెడ్‌ఫ్రంట్ :-

1995లో పార్లమెంట్ ఎన్నికలు జరిగాయి. ఏ పార్టీకి మెజార్టీ రాలేదు. జనతాదళ్ బి.జె.పి కి హెచ్చుస్థానాలు లభించాయి. కాంగ్రెస్‌పార్టీ ప్రధాన ప్రతిపక్షంగా నిలచింది. నేషనల్‌ఫ్రంట్ అంతరించి యునైటెడ్‌ఫ్రంట్ అవతరించింది. యునైటెడ్‌ఫ్రంట్ ఛైర్మెన్‌గ దేవగౌడ్. దేవగౌడ్ ప్రధాని కాగలిగారు. తదుపరి ఐ.కె.గుజ్రాల్ ప్రధాని అయ్యారు. తదుపరి పార్లమెంట్ రద్దుయింది.

ప్రధాన ప్రతిపక్షంగా కాంగ్రెస్‌పార్టీ :-

1998లో మార్చిలో భారత పార్లమెంట్‌కు ఎన్నికలు జరిగాయి. కాంగ్రెస్ పార్టీ 140 స్థానాలు సాధించి ప్రధాన ప్రతిపక్షంగా నిలిచింది. బా.జ.పా పార్లమెంట్‌లో హెచ్చుస్థానాల్ని గెలుచుకుంది. అయిన ప్రభుత్వాన్ని ఏర్పరచగల సంఖ్యాధిక్యతను అందలేదు. అందుకు ఇతర పార్టీలతో తాత్కాలికంగా ఒప్పందం చేసుకొని జాతీయ ఎజెండా మేరకు తుమ్మితే ఊడిపోయే ప్రభుత్వాన్ని త్రిశంకు స్వర్గంలో నిలచి నడుపుతుంది. బా.జ.పాను నేడు బలపరుస్తున్న పార్టీలు హెచ్చుగా ప్రాంతీయ పార్టీలే. అన్నా డి.యమ్.కె. తృణమూలకాంగ్రెస్ సమతాపార్టీ లోక్‌శక్తి పార్టీ టీ.డి.పిలు బలపరుస్తున్నవి.

సుస్థిరపాలన - శ్రీమతి సోనియాగాంధీ :-

నేటి అఖిలభారత కాంగ్రెస్‌పార్టీ అధ్యక్షులు శ్రీమతి సోనియాగాంధీ. సరిఅయిన బలదర్పాలు లేక బా.జ.పా. అనుక్షణం పరిపాలనలో తగిన విధంగా స్పందించలేకపోతుంది. బా.జ.పాను గద్దెదించి కాంగ్రెస్ గద్దెనెక్క అభిలషించిన తక్షణం సహాయపడగలమని సమాజవాద పార్టీ రాష్ట్రీయ జనతాదళ్ నేషనల్ కాన్ఫరన్స్ ఉభయ కమ్యూనిష్టు పార్టీలు నిరంతరం నిత్యం కాంగ్రెస్‌పార్టీ నాయకురాలైన శ్రీమతి సోనియాగాంధీకి సూచనలను అందిస్తున్నవి. అయినప్పటికి బా.జ.పా. తనకు తాను తన బలహీనతల వలన గద్దె నుండి దిగితేనే తప్ప బా.జ.పా. ప్రభుత్వ తన లొసుగులతో తాను తానుగ కూడిపోతేనే తప్ప కేంద్రంలో ప్రభుత్వ స్థాపనకు ఒడిగట్టేది లేదని ఇటువంటి విధానలను కాంగ్రెస్‌పార్టీ ఎన్నడు అనుసరించదని శ్రీమతి సోనియాగాంధీ ఇప్పటికి స్పష్టముగ ప్రకటించియున్నారు.

భారతదేశ భాగ్యవిధాత అప్పటికి ఇప్పటికి ఎప్పటికైనా భారతజాతీయ కాంగ్రెస్ అన్నది గత నూరేండ్ల చరిత్రలో మనకు తెలియగల నిర్‌వివాధాంశం నూటికి నూరు పాళ్ళ సత్యం.

''గాంధీజీ గ్రామస్వరాజ్యం వర్ధిల్లాలి''
''నెహ్రూజీ సామ్యవాద తరహ సమాజం వర్ధిల్లాలి''
''ఇందిరాజీ లౌకికవాదం వర్ధిల్లాలి''
''రాజీవ్ పంచాయితీ ప్రజాస్వామ్యం వర్ధిల్లాలి''
''సోనియాజీ సమసమాజ స్థాపన సాధించాలి.''

Jewaharlal Nehuru strove in his life to secure for our people not only poltical freedom. But social and economic justice

Nehuru was essentianlly a democrt who belived in the freedom of the spirit. And he belived in a God of reasion in a religon

Dr. S. RADHAKRISHNAN

ప్రాచీన - రాజనీతి - రాచరికం :-

ప్రాచీనకాలమున - రాజు - పాలకుడు - సర్వాధికారి- ప్రజలు-పాలితులు ఆత్మ శరీరాలవలె పాలకుడు- ప్రజలు-అన్యోన్యాశ్రమాలు-సేవలోనర్చడం- ఒకరి వంతు ''రక్షణ''చేకూర్చడం-రాజువంతు.

రాజునకు ప్రజ శరీరము
రాజు- ప్రజకు-నాత్మగాన- రాజున్- ప్రజయున్
రాజోత్తమ - అన్యోన్యవి
రాజితుపై- యుండవలయు రక్షార్చనలన్ (భారతం)

ఆధునిక రాజనీతి - ప్రజాస్వామ్యం :-

ఆధునిక కాలమున-సార్వజనీనాభీప్సితమే-''సార్వభౌమాధికారం'' ప్రజలే సర్వాధికారులు-మనది- ప్రజాపరిపాలన- ప్రజా ప్రతినిధుల పాలన - ప్రజల ద్వారా- ప్రజలకొరకు- ప్రలచేత ఏర్పడినదే- ప్రజస్వామ్యం. ప్రజాస్వామ్యం అంటే ప్రజలే పాలకులుగ ఉండు వ్యవస్థకాదు. ప్రజలు ఎన్నుకొన్న ప్రతినిధులు పాలకులుగ వ్యవహరించే రాజకీయ వ్యవస్థ- రాజకీయ పక్షాలు లేని ప్రజాస్వామ్యమంటూ ఉండదు. ఏకైక రాజకీయ పక్షమున కలిగినది కమ్యూనిష్టు రాజ్యం అధికార పక్షం- ప్రతిపక్షం- ప్రజాస్వామ్యంలో- ఎన్నదగిన మంచి లక్షణం.

ఉనికి - మనుగడ - వికసన :-

వ్యక్తి ఉనికి- మూల ప్రాతిపదిక- వస్తు సముదాయం- ధనసంపత్తిలేని వ్యక్తికి- మనగడ ఉండదు. మనుగడవినా వికసనకు తావులేదు. ధనప్రాప్తి- అప్రాప్తం వలనసే అంతరాలు - నిర్ధనికుడు- జీవచ్ఛవం- జీవించి ఉన్న చచ్చిన- వానితో సమానం. నిర్భాగ్యులకు- తోడు నీడగ రాజ్యముండాలి. నిర్ధనికతను పోగట్టాలి.

ధనమార్జితుకాకుత్స్థః
ధనమూలమి దం జగత్
అంతరం నైవ జానామి
నిర్ధనస్య- మృతస్యచ (రామాయణం)

ప్రధాన ప్రపంచదేశ ఆర్థిక విధానాలు

కేపిటలిష్టు - మార్కెట్ ఎకనమి (పెట్టుబడిదారీ సమాజం) :-

The state is not an end in itself
It is a means to an end
రాజ్యము తనకు తనొక లక్ష్యముగ నిలవదు
ఒక లక్ష్యమునకు ఒక సాధనముగ ఉంటుంది.
Each according to his ability
ఎవరి ప్రతిభాసామర్థ్యాల మేరకు వారు జీవించాలి
అవివేక బలహీనతలున్నంత వరకు సమాజమున హెచ్చుతగ్గులుంటాయి.
A Private property is sacred
వ్యక్తిగత ఆస్థి - పవిత్రమైనది.

సోషలిష్టు మార్కెట్ ఎకనమి (సామ్యవాదసమాజం):-

The state is an end in it self and
not a meance to an end
ఒక లక్ష్యసాధనకు ఇదొకసాధనముగ ఉండదు
తనకు తనే ఒక లక్ష్యముగ ఉంటుంది.
Each according to his necessity
ఉమ్మడి సంపదనుండి ప్రతి ఒక వ్యక్తికి అతని
అవసరాల మేరకు ముట్టచెప్పాలి
Private Property is theft
వ్యక్తిగత ఆస్తి అపవిత్రమైనది.

నెహ్రూ-సోషలిష్టు -మార్కెట్ ఎకనమీ (సామ్యవాదతరహాసమాజం) :-

The state is neither an end in it self nor not an
end in it self but a rule of law in it self
రాజ్యము తనకు తనొక లక్ష్యముకాదు- లక్ష్యమునకు సాధనకాదు
వ్యక్తుల సరిసమాన స్వేచ్ఛ-స్వాతంత్ర్యాలనందించగల ''శాసనపాలన''
Each according to his ability and his necesisity
వ్యక్తుల ప్రతిభ అవసరాల రెండింటి ప్రాతిపదికకు- ప్రతిఫలముండాలి.
Private property neither sacred nor theft
but a powerful instrument of socialist pattern of society
వ్యక్తిగత ఆస్తులు పవిత్రమైనవికావు అపవిత్రమైనవి కావు
సామ్యవాద తరహా సమాజ నిర్మాణానికి- చాలా బలీయమైన సాధనం.

భా-జ-పా-స్వదేశీ స్వావలంభన ఆర్థిక విధానం :-(Self reliant-Economy)

ఇంతవరకు ప్రపంచంలో ఏ దేశమున సాధించబడలేదు. శాస్త్రీయంగ - ఇదొక ఆర్థిక విధానమని ఋజువు పరచబడలేదు. ప్రపంచీకరణ - ప్రైవేటీకరణ - పరుగులు తీస్తున్న-నేటి ఆధునిక ప్రపంచంలో దీనిని అమలుపరచడం- ఆచరణలో సాధ్యంకానిది. తొలిసారిగ-కేంద్రంలో అధికారం చేపట్టిన -భా.జ.పా-తన ఆర్థిక సిద్ధాంతానికి కనీసస్థానాన్ని కూడ-తను ప్రవేశపెట్టినకేంద్ర బడ్జెట్‌లో - కల్పించలేకపోయింది.

టీ.డి.పి. - అస్థవ్యస్థ ఆర్థిక విధానం :- (Indefinit Economic Policy)

టీ.డి.పి నిజానికి ఒక ఆర్థికవిధానమును ఇప్పటికి ఏర్పడలేదనే చెప్పాలి. ప్రజలే దేవుళ్లు అని సమాజమే దేవాలయమని చెపుతున్నది. దైవంసర్వాంతర్యామి. (Human self is equal with God But not God) ''హృద్దేశార్జునతిష్టతి'' అన్నది గీత. ప్రజలెల్లరిని- దైవాలుగ పేర్కొనటం ఇది మన జాతి సంస్కృతికి - తప్పుడుసందేశం అందిస్తున్నది. భూసంస్కరణల ఊసెత్తదు, సామ్యవాద విధానమును తలపెట్టదు. ఆర్థిక సంస్కరణల పేరున పబ్లిక్‌సెక్టర్‌కు ప్రభుత్వరంగ సంస్థలకు మంగహారతినిస్తుంది. ప్రభుత్వపెట్టుబడుల వైపు పెళ్లక స్వదేశీ విదేశీ అప్పుల పెట్టుబడులతో పరిపాలన కొనసాగించడానికి సిద్ధపడుతున్నది. చివరికి ఇది స్వేచ్ఛామార్కెట్‌కి దారి. సాంఘికసంక్షేమరాజ్య సాధన సంతకెళ్తుంది.

కాంగ్రెస్‌పార్టీ నెహ్రూసోషలిష్టుమార్కెట్ ఎకనమీ :-

దశాబ్ధాల అచరణలో స్థిరపడిన ఆర్థిక విధానం. నెహ్రూసోషలిజం సామ్యవాద తరహా సమాజ నిర్మాణం ఒకనాడు అపహాస్యంచేయబడినది. అయితే నేడు ఆధికారంలో ఉన్న బా.జ.పా. ఇతర ప్రపంచంలో కమ్యూనిష్టురాజ్యాలు రష్యా చైనా నేడు ఆర్థిక సంస్కరణలో ప్రాథమిక స్థాయి అని పేరుపెట్టి నెహ్రూసోషలిష్టు మార్కెట్‌ఎకనమీ వైపు పరుగులు తీస్తున్నాయి. ఇది నెహ్రూజీ దూరదృష్టికి నిదర్శనం. భావి భారత భాగ్యోదయానికి చిహ్నం. కాంగ్రెస్‌పార్టీ ధ్యేయం సామ్యవాద తరహాసమాజ నిర్మాణం తథాస్తు.

ప్రజావిజేత - కాంగ్రెస్‌పార్టీ

కాంగ్రెసే దేశానికి - కంచుకోటర
కాంగ్రెసే మనపాలిట - భాగ్యదాతర
మనగాంధీ-కాంగ్రెసే-విశ్వానికి వెలుగురేఖ
మన నెహ్రూ-కాంగ్రెసే-నవభారతనిర్మాత
మన ఇందిర-కాంగ్రెసే-బడుగు ప్రజలకధిదేవత
మనరాజీవ్-కాంగ్రెస్-జనస్వామ్యప్రాణదాత
జనులకెల్ల-వారెనాడు దారి జూపినారురా
దేశానికి-జీవితాల్ని-ధారపోసినారురా
కాంగ్రెస్‌పార్టీ-దేశ-ప్రజల కల్పతరువుర
కాంగ్రెసే-దళిత జనుల-మేలుకొలుపుర.
మనగాంధీ కలలుగన్న ''గ్రామస్వరాజ్యం''
పెట్టుబడుల ''హైటెక్'' తెచ్చిపెట్టగలదు
మన నెహ్రూ ఆశించిన -''సామ్యవాదసమాజం''
బహుళజాతి కంపెనీల బంధ్రోతుల తేగలర
మన ఇందిర నెలకొల్పిన-సాంఘికసంక్షేమం
సేవలు-చెల్లింపులకను- బాబులకిలవశమ
మనరాజీవ్-పంచాయితీ-ప్రజాస్వామ్యపాలన
పదుగురిలో తనుగొప్పను నియంత కిలతరమ
ప్రజావిజేత మన కాంగ్రెస్-ప్రగతిదాతలేర
ప్రజల పొట్టగొట్టుడమా!- ప్రతిఘటించరార
వై.యస్సార్‌రెడ్డి మనకు ''విజయకేతనం''
సోనియాగాంధీ మనకు ''మార్గదర్శకం''

ప్రజాకవి-వంగపండ

శతాధికవర్ష దివ్యసేవా చరిత్రకారిణి

ఎవరురా- భరతదేశ భాగ్యానికి- కారణం ఎవరురా!
''కాంగ్రెస్ - పార్టీ'' అన్న - కాదను వారెవరురా!
తెల్లదొరలవెళ్లగొట్టు జైళ్లలోన మ్రగ్గిమ్రగ్గి
దేశదాస్య శృంఖలాల్ని భేధించిన దెవరురా!
రైతాంగం- నోళ్లుకట్టి- జలగల్లా పీల్చుకుతినే
రాజుల సంస్థానాల్ని - రద్దుజేసే నెవరురా!
''భూస్వామ్యం''తొలగగొట్టి- భూమికి పరిమితులుపెట్టి
మిగులుభూమి నిరుపేదలకిచ్చిన వారెవరుర!
పసిడిపంట- రాసులకై- ప్రాజెక్టులనెన్నోకట్టి
మననవీన ఇలవేల్పుల- గుడులన్నది ఎవరుర
అట్టడుగునపడి- ఏడ్చేడి దగాపడిన దళితులకు
మొట్టమొదటి కూడు గుడ్డ పెట్టినవారెవరురా!
జాతిజనుల సంపదలకు ఊపిరినిడి పోషించ
జాతికి బాంకుల్నిచ్చి - జాతీయం చేసెనెవరు!
ఢిల్లీనుండి పల్లెచేర- ''పంచాయితీ'' నిధులతెచ్చి
ప్రజాస్వామ్యరక్షణకై- ప్రాణ మిచ్చెనెవరుర!

ప్రజాకవి- వంగపండు

సమర భేరి మ్రోగింది - ఆంధ్రావని కదిలింది

కాంగ్రెస్ పాలనలో - కమ్మగాను బతికాము
బాబుపాలనొచ్చింది - భాధల్లో పడ్డాము
        ఏందిరో ఈ పాలన యిలాగుందిరా
        ఏమిరో మన బతుకులు ఏమికావాలిర
సబ్సిడీల్ని తెగనరికి - సోషలిజం పీకనొక్కి
పెట్టుబడుల మారాజుకే పెద్దపీట వేసారు
పాటుపడిన మనకింక - పూట బత్తెమేనంట
డబ్బులులేనోళ్లమంత - గబ్బు పట్టిపోవాలి
        గవర్నమెంట్ - సంస్థల్ని తెగనమ్ముతు ఉన్నారు
        ఆఫీసు ఖాళీలు లేవని పొమ్మన్నారు
        సర్కారు పదవులన్ని - సంతకెళ్లిపోనాయి
        సదువుకున్న మన పిల్లలు - సంకనాకిపోయారు
అంగడి సరకుల ధరలు - చుక్కలంటుతున్నాయి
ఎంతోచ్చిన -దినం తీరిదేమి బతుకుర మనది
పనిచేస్తే - మన బతుకులు పక్కా అంటున్నారు
దినమెల్ల - పనిజేసిన - దినం తీరలేదుబాబు
        ఆసుపత్రికెళ్తె మనం డబ్బులు సెల్లించాలట
        గుద్దులాడు పెద్దలకే బడులనప్పగించాడట
        ఏలినోడు - ఏపూట అప్పుజేయజూస్తుంటె
        అప్పులలో ముంచి మనకు చిప్ప చేతికిస్తాడు.

ప్రజాకవి- వంగపండు

బియ్యమిస్తురేటుపెంచి -రేషన్ తగ్గించారు
మధ్యమమ్మి- ఆడోళ్లను-మరల ఏడిపించారు
సరుకులపై సబ్సిడీకి - ఎగనామంపెట్టారు
చవకధరకుపేదలకు-బట్టలు ఎగ్గొట్టారు
పస్తులుండు రైతులపై పన్ను మరలవేసారు
పంపుసెట్ల కరెంటుకు ఛార్జీల్నిపెంచారు.
    దుక్కెదున్నెరైతోడికి- బుక్కబండికరువాయె
    పొలం పనుల కూలోడికి-మింగమెతుకు లేకపోయె
    దళితులలో దారిద్ర్యం-డప్పుకొట్టి నడుస్తుంటే
    కంప్యూటర్-హైటెక్-సిటీలంట-సిత్రాలట
వట్టిమాటలే తప్ప-గట్టిమేలు- ఒకటిలేదు
ప్రాజెక్టులు కట్టలేదు -పరిశ్రమలు పెట్టలేదు
చదువులేమి పెరగలేదు-మిగులుభూమి పంచలేదు
గ్రహపాటే మనకు బాబు-వెన్నుపోటు-పన్నుపోటు
    మేకతోలు కప్పనిదే-రేషన్‌కార్డులేకపోయె
    పులివేషం వేయనిదే - ఉండ స్థలంరాకపోయె
    ఏలినోడికెగబడనిదే -సబ్సిడీలు దూరమయే
    దళారీల్ని పట్టనిదే-పింఛనులు కరువాయే
గమ్మత్తుల జిమ్మిక్కుల గారడీలు మనకొద్దు
కాంగ్రెస్ గద్దెక్కనిదే మనకష్టాలుతీరవుర
కళ్లుతెరచి మనమంతా కాంగ్రెస్‌నే గెలిపిద్దాం
యూదమరచి ఉన్నామా-యెనకకెపోతాం మనం.

ప్రజాకవి- వంగపండు

గాంధీ-నెహ్రూ-శకానికి-మరలపునర్జన్మ
సమసమాజ-స్థాపనకు మరో ఇందిరమ్మ

గ్రామరాజ్య స్థాపనకై-గర్జిస్తూలేర
సోనియాగాంధీ-మనకు చేయూతరార
రాజకీయ రణ యోధుడు రంగంలో నిలచాడు
వై.యస్సార్రెడ్డి-మనకు వేయేన్గులబలముర
సంక్షేమరాజ్యమే కావాలని కోరర
పెట్టుబడుల హైటెక్‌ను వద్దంటూలేవర
అధోజగత్ సహోదరులక భయహస్తమమ్మ
గాంధీ-నెహ్రూ శకానికి -మరల పునర్జన్మ
వెనుకబడిన జనావళికి- వెలుగురేఖ - ''సోనియా''
సాంఘికన్యాయం - మనకిడు శక్తి దాత - ''సోనియా''
లౌకికవాదం స్థిరపడు ఉత్తేజిత -''సోనియా''
సమసమాజ భావనకు - సర్వశక్తి -''సోనియా''
ప్రజావిజేత-మన కాంగ్రెస్-ఘనచరిత్రకలది
గాంధీ-నెహ్రూ-నిలిపిన-ఘనసిద్ధాంతంకలది
అస్థిరతతో దేశమాత ఆక్రోసిస్తున్నదిర
సుస్థిర పాలనకుగాంధీ-సిద్ధముగ ఉందిర.

ప్రజాకవి- వంగపండు